நானே நீயாய் வருவேன்

ரியா மூர்த்தி

பொருளடக்கம்

முன்னுரை

ஊரெங்கிலும் திடீர் திடீரென அமானுஷ்ய கொலைகள் நிகழ்கிறது. அத்தனை கொலைகளும் அந்தந்த குடும்பத்து உறுப்பினர்களாலேயே நிகழ்ந்திருக்க, காரணம் தெரியாமல் தவிக்கிறது காவல்துறை.

உருமாறும் பலம் கொண்ட பேய் தான் இந்த கொலைகளை செய்கிறது என்று சொன்னால் உங்களால் நம்ப முடிகிறதா? அது-தான் உண்மை...

சென்னை வாழ் பேச்சிலர்களுக்கு நடுவில் இந்த பேயை விட்-டால் என்னாகும் என்று நினைக்கிறீர்கள்? அதுதான் இக்கதையின் களம்...

ஐந்து இளைஞர்களும் அவர்களிடம் மாட்டிக்கொண்டு தவிக்கும் பேயும் பற்றிய நகைச்சுவையான கதையை வாசிக்க வாருங்கள்.

முகவுரை

அன்புள்ளங்களுக்கு வணக்கம்,

நான் ரியா மூர்த்தி. இதுவரை இருபதுக்கும் அதிகமான நாவல்-கள் எழுதி இருக்கிறேன். அவ்வப்போது கவிதைகள் புனைவதும் உண்டு...

நான் எழுதும் கதைகள் எவரும் தொடாத கதைக்களமாக இருக்க வேண்டும் என எப்போதும் நினைப்பதுண்டு. அந்த நினைப்-பினாலேயே, சில கதைகள் காலங்கள் கடந்த பின்பும் ரசிகர்களால் கொண்டாடப்படுகின்றது.

காதல், குடும்பம், திகில், குற்றம், நகைச்சுவை, கிரிக்கெட், மாற்-றுத்திறனாளி, அறிவியல், தொழில்நுட்பம், திருட்டு, காலப்பயணம், மந்திரம், ஏலியன் என்று எல்லா வகையான கதைக் களங்களையும் முயற்சி செய்திருக்கின்றேன்.

2020 புதினம் போட்டியில் நான் எழுதிய, 'ஆடுகளம்' கதை முதல் பரிசை வென்றது. அதன்பிறகு, பிரதிலிபியிலும் பிற தளங்க-ளிலும் கதை, கவிதை பிரிவில் பல்வேறு பரிசுகள் கிடைத்திருக்கின்-றது.

2022 மார்ச் மாதம் பெண்கள் தினத்தை முன்னிட்டு, நான் பிறந்த ஸ்ரீவில்லிபுத்தூரில் 'ஆளுமை பெண்மணி விருது' கிடைத்தது.

'டிராவல்ல ஒரு காதல்...' எனும் திரைப்படத்திற்கு திரைக்கதை எழுதியிருக்கிறேன்.

இன்னும் நிறைய புதினங்கள் படைக்கவே அவா. உடனிருந்து உற்சாகப்படுத்தும் அனைத்து வாசகர்களுக்கும் என் எழுத்துக்கள் சமர்ப்பணம்.

தொடர்புக்கு rheamoorthy6@gmail.com

நன்றி.

1

செென்னை - மதுரை தேசிய நெடுஞ்சாலை

நேரம் 11.00PM

"டப் டப்" என்று விழும் மழைத் துளியை ஒதுக்கி விட்ட ஸ்வைப்ரின் சத்தத்-தையும் மிஞ்சி ஒலித்தது எப்ஃஎம் ரேடியோவின் குரல்.

"தென் மேற்கு பருவ மழை நேற்றில் இருந்து துவங்கிய காரணத்தினால் செென்னை, காஞ்சிபுரம், திருவள்ளூர் மற்றும் பிற கடலோர கிராமங்களில் மித-மானது முதல் அதிக பட்ச மழை பெய்யும் என்று வானிலை ஆய்வு மையம் கூறியுள்ளது.." என்று ரேடியோவில் தன் வீணைக்குரலால் பேசினாள் பெண்ணொா-ருத்தி.

அந்த அறிவிப்பை காதால் வாங்கிய படியே காரை நெடுஞ்சாலையில் செலுத்-திக் கொண்டிருந்தார் சகாயம் (50).. இரவு நேர பயணம் என்பதாலும், வலுத்துப் பொழியும் மழையின் ஆதிக்கத்தாலும் அதிக வேகம் இல்லாமல் வாகனம் ஊர்ந்து சென்று கொண்டு இருந்தது.

அவரின் மனைவி மற்றும் மகனுடன் மதுரைக்கு, ஊரின் கோவில் திருவிழா-விற்கு சென்று கொண்டு இருக்கிறது அந்த குடும்பம்.

கொட்டும் மழையை வேடிக்கை பார்த்த படி பின் சீட்டில் மகனுடன் அமர்ந்து இருந்தார் அவரின் மனைவி லட்சுமி, வயது 46.

லட்சுமியுடன் அமர்ந்து இருந்தான் விக்கி. சகாயம், லட்சுமி தம்பதியினருக்கு ஒரே மகன். செென்னையில் உள்ள ஒரு புகழ் பெற்ற பொறியியல் கல்லூரியில் இரண்டாம் ஆண்டு படிக்கிறான். வண்டியில் ஏறியதில் இருந்து தன் கை பேசி-யையே பார்த்து கொண்டு, வேறு எங்கும் கவனம் செலுத்தாமல் அமைதியாய் அமர்ந்து இருக்கிறான்.

"டேய் விக்கி, முதுகு ரொம்ப வலிக்குது, கொஞ்ச நேரம் நீ வண்டி ஓட்டுறி-யாடா? நான் கொஞ்சம் ரெஸ்ட் எடுக்குறேன்" என்றார் சகாயம் தன் மகனிடம்.

அதற்கும் அவனின் பதில் "அதெல்லாம் முடியாதுப்பா" என்றே வந்தது அலட்-சியமாய், அப்போதும் அவன் கண்கள் இரண்டும் கைபேசியிலேயே கவனமாய்

இருந்தன.

அவனின் இந்த பதிலை எதிர்பார்த்தவர் போல, பெருமூச்சுடன் வாகனத்தை செலுத்திய படி பார்வையை வெளியே சுழற்றினார்.

மழை நின்று இருள் சூழ்ந்து மிகவும் அமைதியாக இருந்தது அந்த நெடுஞ்-சாலை. மழைக் காலம் என்பதால் வாகனங்களின் வரத்து எதுவும் அதிகம் இல்லை. மழை என்று கூற முடியாதபடி இன்னமும் அங்கும் இங்கும் சில துளிகள் தூறி கொண்டு தான் இருந்தது...

நெடுஞ்சாலையில் மின் விளக்குகள் அங்கொன்றும் இங்கொன்றும் எரிந்து கொண்டிருக்க, எப்ஃஎம்மின் உதவியோடு பயணித்தார் சகாயம்.

வண்டி திருச்சியை நெருங்குகையில் மணி பதினொன்று முப்பதை நெருங்-கிவிட்டது. வயதின் முதிர்ச்சியின் காரணமாக, இதற்கு மேல் வண்டியை ஓட்ட முடியாது என்ற நிலையில் வழியில் தென்படும் ஏதாவது ஒரு ஹோட்டலில் காபி அல்லது டீ பருகலாம் என்று முடிவெடுத்தார்.

அருகில் தெரிந்த ஹோட்டலின் பார்க்கிங் ஏரியாவில் வண்டியை நிறுத்தி திரும்பி பார்க்க லட்சுமி நல்ல உறக்கத்தில் இருந்தார். விக்கி இப்போதும் கைபே-சியில் தான் தன் கவனம் முழுவதையும் வைத்திருந்தான்.

"டேய் விக்கி, வா போய் காபி, டீ ஏதாச்சும் குடிச்சிட்டு வரலாம்" என்று அவர் அழைக்க,

அதற்கும் அவன், "எனக்கு அதெல்லாம் வேண்டாம்ப்பா, நீங்க மட்டும் போயிட்டு வாங்க" என சலித்த படியே பதில் அளித்தான்.

சகாயம் மட்டும் உள்ளே சென்றார். மணமணக்கும் இஞ்சி டீ அவர் நாசியை துளைக்க, அதேயே வாங்கி அருந்தியவர் பணம் செலுத்தி விட்டு பார்க்கிங் ஏரி-யாவினை நோக்கி வந்தார். ஆனால் அங்கு அவரின் காரும் இல்லை, லட்சுமி, விக்கியும் இல்லை.

'விக்கி வாகனத்தை வேறு இடத்தில் நிறுத்தி இருப்பானோ?!' என்று குழம்பிய படியே அங்கும் இங்கும் தேடி அலைந்தார். ஆனால் அவர்கள் இருவரையும் அந்த பார்க்கிங் பகுதி முழுவதிலும் காணவில்லை.

'ஒரு வேளை விக்கியும் லட்சுமியும் காபி குடிக்கலாம் என்று நினைத்து ஹோட்டலுக்கு உள்ளே சென்று விட்டனரா? நான் அவர்களை கவனிக்காமல் வந்து விட்டேனா?' என்று ஹோட்டலின் உள் பகுதி முழுவதும் அங்குலம் அங்-குலமாய் தேடிப்பார்த்தார். அவர்கள் உள்ளேயும் இல்லை..

'விக்கி வண்டியை எடுத்துக்கொண்டு அருகில் எங்கேயாவது சென்று இருப்-பானோ?' என்று அவனுக்கு அழைத்துப் பார்த்தார்.

மழையின் காரணமாக அவர்கள் இருவரது செலபோனும் டவர் கிடைக்காமல் தகராறு செய்தது. எத்தனை முறை முயன்றாலும் அழைப்பு இணைக்க படவில்லை

எனும் பதிலே மீண்டும் மீண்டும் கிடைக்க சோர்ந்து போனார் அவர்.

ஐந்து நிமிடம் ஹோட்டலுக்கு அக்கம் பக்கத்து கடைகள் அனைத்திலும் தேடித்திரிந்தார், எங்குமே அவர்களைக் காணவில்லை.

இப்படியே பத்து நிமிடம் கழிய அவருக்குள் இனம் புரியா பய உணர்வு தோன்-றுகிறது. விக்கி கொஞ்சம் பொறுப்பில்லாதவனே தவிர ரொம்பவும் புத்திசாலி, பலசாலி. அவனை மீறி வேறு யாரும் வாகனத்தை தொட்டுக்கூட இருக்க முடி-யாது என தெரிந்தவராதலால் எதோ சரி இல்லை என்று படுகிறது சகாயத்திற்கு.

இதற்கு மேல் தாமதிக்கலாகாது என்று அருகில் இருக்கும் போலீஸ் ஸ்டே-ஷனில் புகார் குடுக்க செல்கிறார்.

புகாரை பெற்ற காவல் துறையினர், "திடீர்னு காணுமா? எதுக்கும் இங்கேயே ஒரு ஹோட்டல்ல ரூம் புக் பண்ணி தங்கிங்கோங்க, அப்போத்தான் எங்களுக்கு வேற ஏதாவது தகவல் தேவைனா உங்கள கான்டாக்ட் பண்ண ஈசியா இருக்கும். ஒண்ணும் பயப்படாதீங்க, இப்ப இருக்குற டெக்னாலஜிக்கு நாளைக்கே செல்போன் சிக்னல் வச்சு ஈசியா உங்க ஃபேமிலிய கண்டு புடிச்சிடலாம்" என்று நம்பிக்கை தந்து அனுப்பிவைத்தனர்.

பதட்டத்துடனே அவர்கள் சொன்னதற்கெல்லாம் தலையாட்டி வைத்தார் சகா-யம். அடுத்த நாள் முழுதும் இவர் ஒரு புறம் காவல் துறையினர் ஒரு புறம் என்று தேடியும் எந்த துரும்பும் கண்டுபிடிக்க முடியவில்லை.

அடுத்த நாள் அவர் ஹோட்டலில் சாப்பிட்டு விட்டு அறையில் வந்து அமர்ந்த நேரம் கதவு பலமாக தட்ட பட, திறந்தவருக்கு பேரதிர்ச்சி. அங்கு அவர் கம்ப்ளெ-யிண்ட் கொடுத்த காவலர்களே, அவருக்கு விலங்கு மாட்ட சகல ஏற்பாடுகளுடன் வந்து நின்றிருந்தனர்.

"ஏன்யா, பாக்க பெரிய மனுஷன் மாதிரி இருக்கியேனு பார்த்தா, எவ்ளோ பெரிய கேடியா இருக்குற நீ? நீயே உன் குடும்பத்த மறைச்சு வச்சிட்டு, நீயே வந்து அவங்கள காணோம்னு கம்பளைண்ட்டும் தர்றனா எவ்வளவு தைரியம் இருக்கணும் உனக்கு? போலீஸ்காரன் எல்லாம் கேனப்பயனு நினைச்சுட்டியா?" என்று காட்டு-கத்து கத்தினார்கள்.

சகாயம், "சார், என்ன உளர்றீங்க? நான் ஏன் என் பொண்டாட்டியையும் புள்-ளையையும் நான் மறைச்சு வைக்கணும்?" என்று ஆர்ப்பரித்தார்.

காவல் துறையினரோ, "அதத்தான் நாங்களும் உன்கிட்ட கேக்குறோம், எதுக்-காக உன் பொண்டாட்டியையும் பிள்ளையையும் நீ மறைச்சு வைச்சிருக்க? மறைச்-சுதான் வச்சிருக்கியா, இல்ல வேற ஏதாவது செஞ்சுட்டியா?" என்றனர்.

"சார், என்ன பேசுறீங்க நீங்க? நான் யார் தெரியுமா? சென்னையில எவ்ளோ பெரிய கம்பெனியில வொர்க் பண்றேன் தெரியுமா? என் கேரியர்ல இதுவரைக்கும் ஒரு சின்ன பிளாக் மார்க் கூட வாங்கினது கிடையாது, என்னை போய் இப்படி

குத்தம் சொல்லுறீங்க? சென்னை கமிஷனேர் வேணும்னாட்ட பேசுறீங்களா? அவர் என்னோட ப்ரெண்டு, அதுவும் இல்லாம எந்த ஆதாரத்தோட நீங்க என்னை கைது செய்யுறீங்க" என்று வாதாடினார் சகாயம்.

"ஆதாரம் வேணுமா சார்ருக்கு? செய்யுறதெல்லாம் செஞ்சிட்டு ஆதாரம் வேற கேக்குறியாயா நீ? இதோ பார் ஆதாரம்" தன் கை பேசியில் இருந்த அந்த விடி-யோவை காண்பித்தார் ஒரு காவலர்.

அதில் நேரம் 11.35 காட்ட பட அவரின் அதே கார். அவரின் மனைவியும், மகனும் பின் சீட்டில் அமைதியாய் அமர்ந்திருந்தனர். விக்கி இப்போதும் தன் கைபேசியில் மூழ்கிய படி இருந்தான்.

கார் அந்த ஹோட்டல் இருந்த திசைக்கு எதிரே வேறு திசையில் பயணித்துச் செல்கிறது. அதன் ஓட்டுநர் இருக்கையில் அமர்ந்திருக்கும் நபரைக் கண்டதும் சகாயத்தின் இருதயம் ஒரு முறை நின்று பின் துடித்தது.

அந்த நபர் அவரே தான், தன் காரை அவரே யாரும் இல்லாத ஒரு பாதை-யில் ஓட்டி செல்வதாக அந்த வீடியோ காண்பிக்கிறது.

"இப்போ உண்மையை சொல்லுங்க. நீங்க தானே உங்க மனைவி, மகனை மறைச்சு வச்சிருக்கீங்க?" என இப்போது அதிகாரத்தோடு வந்தது கேள்வி.

'இல்லை இல்லை...' என்று சகாயம் பல முறை மறுத்தும், எதிர்த்து அவரின் குரல் எடுபடவில்லை.

மனைவியையும் மகனையும் மறைத்து வைத்ததற்காக உடனே கைது செய்ய பட்டார். அடுத்த ஒரு வாரத்தில் லட்சுமி விக்கி இருவரும் சடலமும் ஒரு ஒதுக்-குப்புறமான இடத்தில் கிடைக்க, சகாயம் கொலை குற்றவாளிகள் கருதப்பட்டு சிறையில் அடைக்கப்பட்டார்.

கடைசி வரைக்கும் நான் என் மகனையும் மனைவியையும் கொலை செய்ய-வில்லை என்று அவர் கதறி அழும் செய்தி காட்டு தீயைப் போல ஊர் எங்கும் பரவியது. அடுத்த சில நாட்களுக்கு அனைத்து பத்திரிகைகளின் முதல் பக்கத்தி-லும் இந்த செய்திதான் அச்சிடப்பட்டது.

இருந்தும் அவரை ஒருவரும் நம்ப மறுத்து விட்டனர்.

முதல் சம்பவம் நடந்து முடிந்து இரண்டு மாதங்கள் கழித்து•••

இடம் : ஊட்டி

மலைப்பாதையில் லாவகாமாய் பயணித்துக் கொண்டிருந்த வாகனத்தினுள், "அப்பா, 'பேட்ட' படத்துல இருந்து 'மரண மாஸ்' பாட்டு போடுங்கப்பா" என்று கத்தி கொண்டு இருந்தான் பின் இருக்கையிலிருந்த ஆகாஷ்...

"இருடா ஆகாஷ்... முதல்ல 'ப்ரேமம்' படத்து 'மலரே' பாட்டு ஓடி முடியட்டும். அப்புறம் உனக்கு புடிச்சத மாத்திக்கோ... கொஞ்ச நேரம் மட்டும் பொறுமையா இருடா" என முன் இருக்கையிலிருந்து கெஞ்சி கொண்டிருந்தாள் உமையாள்.

"ரெண்டு பேரும் சத்தம் போடாதீங்க, இதோ பாருங்க ரிசார்ட்கே வந்துட்டோம். இப்ப உங்க சண்டைய நிறுத்தி வச்சுட்டு, ரூம்க்கு போனதும் அடிச்சிக்கோங்க. வெளி ஆளுங்க முன்னால குடும்ப மானத்த கப்பலேத்தி விட்டா அப்பாவ இப்-டியே வண்டிய வீட்டுக்கு திருப்ப சொல்லிடுவேன்" என பிள்ளைகள் இருவரையும் அமைதி படுத்தினார் சாரதா..

மனைவியின் சாதுரியத்தை மெச்சியபடி மெல்லச் சிரித்தான் வாகனத்தை ஓட்-டிக் கொண்டிருந்த ராம்.

அம்மா அப்படி செய்ய மாட்டார் என்றாலும், அம்மாவின் கோபத்தால் அப்-போதைக்கு அமைதியாகினர் பிள்ளைகள் இருவரும். ராம் காரை ரிசார்ட்டின் வாசலில் நிறுத்த நால்வரும் மகிழ்ச்சியோடு உள்ளே சென்றனர்.

குழந்தைகளும் அம்மாவும் ரிசார்ட்டின் முன் பக்கம் இருந்த சிறிய கார்டனுக்-குள் நுழைந்தனர். இரவு நேர வண்ண விளக்குகளின் வெளிச்சத்தில் பூச்செடி-கள் எல்லாம் இன்னுமே அழகாய் காட்சி தந்தது. மூவரும் அதிலேயே கண்ணாய் இருக்க, ராம் அவர்களை தெல்லை செய்யாமல் விட்டுவிட்டு ரிசப்ஷனுக்கு சென்-றார்.

அங்கு இருந்த நபரிடம் ராம் இன்முகத்துடன், "ஹலோ நான் ராம், இங்க மூணு நாளுக்கு ரூம் புக் பண்ணி இருந்தேன்" என்றார் கனிவான குரலில்.

"எஸ் சார், சாயங்காலத்துல இருந்து உங்களுக்காகத்தான் வெயிட் பண்ணிட்டு இருந்தேன். உங்களபத்தி டிடெயில்ஸ் குடுங்க சார், ஃபில் பண்ணிட்டு ரூம் கீ தந்-திடுறேன்" என்றான் ரிசப்ஷனிஸ்ட்.

"நான் ராம், வயசு 42. என் மனைவி சாரதா வயசு 37, மகன் ஆகாஷ் வயசு 15, மகள் உமையாள் வயசு 18. இது என் ஃப்ரூஃப் கார்ட்ஸ்" என்று ராம் கூறிய அனைத்து விவரங்களையும் குறித்துக் கொண்டான் அந்த ரிசப்ஷனிஸ்ட்.

"தேங்க்யூ சார், உங்களுக்கு ரூம் நம்பர் 404 புக் ஆகி இருக்கு. இந்தாங்க சாவி" என்று நீட்ட,

"தேங்க்யூ..." என்று பெற்று கொண்டு வேகமாய் திரும்பினான் ராம்..

அப்போது அங்கு வந்த வெயிட்டர் தன் கையில் இருந்த சாக்லேட் மில்க்-ஷேக்கை அவன் மீது சிந்திவிடாமல் எதிர் திசையில் சாய்க்க, அது தவறுதலாக அவனுக்கு பின்னாலிருந்த சாராதாவின் மேல் கொட்டி விட்டது.

அந்த ஒரு நொடியில் வெயிட்டர், 'சாரதா தன்னை திட்டி மேனேஜரிடம் புகார் தெரிவிப்பார்' என்று அஞ்சி நடுங்கிப் போனான்.

"சாரி மேடம், ரியலி சாரி.. சார் வேகமா திரும்பினதால நான் தள்ளி பிடிச்சுக்க ட்ரை பண்ணேன்.. வேணும்னு பண்ணல மேம்.. சாரி மேம்" என்று உளறிக் கொட்டினான்.

சாரதாவோ இன்முகத்துடன், "பரவாயில்லை சார், மில்க் ஷேக்தான நான் ரூமுக்கு போய் கழுவிடுறேன். இனிமே நீங்க பார்த்து கொண்டு போங்க" என்பதைக் கூட பணிவான குரலில் கூறிச் சென்றார்.

அவர் பாத்ரூம் பக்கம் போக ரிசப்ஷனிஸ்ட் அந்த வெயிட்டரை பார்த்து "ஏன்டா? கவனமா வேலை செய்ய வேண்டாமா? இந்நேரம் இங்க வேற யாராவது இருந்திருந்தா நம்ம ரெசார்ட்டையே உண்டு இல்லனு பண்ணிருப்பாங்க...

அந்த சிடுமூஞ்சி மேனேஜர் ஒரே நிமிஷத்துல உன்னோட சீட்ட கிழிச்சு போட்டிருப்பான். எதோ அந்த அம்மா ரொம்ப பொறுமைசாலி போல, அதான் மன்னிச்சு விட்டுட்டாங்க. உன் தலை தப்பிச்சது தகப்பன் புண்ணியம், போய் வேலையப் பாருடா" என திட்டி அனுப்பி வைத்தான்.

சாரதா ஓரளவு உடைகளைக் கழுவி விட்டு வந்ததும், "நீங்க மேடை கூட்டிட்டு ரூமுக்கு போங்க சார், நான் உங்க லக்கேஜ கொண்டு வர ஆள் அனுப்புறேன்" என்றான் ரிசப்ஷனிஸ்ட்.

ராம் சமாதானமாய் சம்மதித்து கிளம்பினான். தங்களுக்கென ஒதுக்கிய அறையை அடைந்திருந்தது ராமின் குடும்பம்.

சிறிது ஓய்வு எடுத்துவிட்டு பின் இரவு உணவுக்கு கிளம்பலாம் என்று சாரதா கூறியதுதான் தாமதம்.. உமையாள் அப்பாவின் செல்போனோடு ஐக்கியமானாள். ஆகாஷ் டிவியோடு ஐக்கியமானான்.

பிள்ளைகளின் குறும்பைப் பார்த்து சிரித்துக்கொண்டே ராம் குளிக்கச் சென்றான். அவன் குளித்து விட்டு வந்த பிறகுதான் அவனுக்கு நினைவிற்கு வந்தது, அவர்களின் லக்கேஜ் இன்னும் தங்களின் அறையை வந்து சேரவில்லை என்று...

ரிசப்ஷன் எண்ணிற்கு அழைத்த ராம், தங்களின் லக்கேஜ் இன்னும் வராததைக் கூறி, விரைந்து கொண்டு வரும் படி அன்பு நிறைந்தபடியே கேட்டு கொண்டார்.

தலையில் அடித்துக் கொண்ட ரிசப்ஷனிஸ்ட், அதே வெயிட்டரை அழைத்து, "டேய் சத்தியமா நான் வேணும்ன்னு பண்ணலடா. வேலை பிஸில மறந்துட்டேன். நீ கொஞ்சம் அப்படி இப்படி பேசி லக்கேஜ அங்க கொண்டு போய் தந்திடு" எனக் கூறி லகேஜை கொண்டு செல்லும் படி பணித்தார்.

சென்ற முறை செய்த தவறை இம்முறையில் திருத்த நினைத்த வெயிட்டரும், "சரிங்க சார்..." என்று சம்மதித்தான்.

இரண்டு நிமிடத்தில் அவர்களின் அறையின் முன் சென்று நின்றவன், 'அந்த அம்மாவிடம் மீண்டும் ஒரு முறை மன்னிப்பு கேட்க வேண்டும்' என்று மனதிற்குள் எண்ணியபடியே காலிங் பெல்லை அழுத்தினான்.

கதவு திறக்கப்படாமல் இருக்க, அறைக் கதவை பலமாக தட்ட ஆரம்பித்தான் அவன்.

பல முறை தட்டியும் அது திறக்காமல் போக, "சார்.. லகேஜ் கொண்டு வந்தி-ருக்கேன் சார், கதவ திறங்க" என்று கத்திப்பார்த்தான்.

அப்போதும் கதவு திறக்கப்படவில்லை...

'இதை இப்படியே வைத்துவிட்டு போகலாமா? நாளை பொருள் ஏதாவது தொலைந்தால் நம் தலை உருட்டப்படுமே? என்ன செய்யலாம்?..' என்று அவன் யோசித்துக் கொண்டிருக்கும் பொழுது உள்ளிருந்து எதோ பயங்கரமாய் உடையும் சத்தம் கேட்டது.

அதில் பதறியவன் விழுந்தடித்து ஓடிச்சென்று மேனேஜரை அழைத்து வந்தான். அவர் அறைக்கு அருகில் வந்ததும் மீண்டும் ஒருமுறை ஏதோ பலமாய் உடையும் சத்தம் கேட்டது. மேனேஜரும் முடிந்த வரையில் கதவைத் தட்டி அழைத்து பார்த்-தார், உள்ளிருந்து எந்த பதிலும் வரவில்லை.

காத்திருப்பது வீண் என புரிந்ததும், "வேகமா டூப்ளிகேட் கீ எடுத்துட்டு வாங்க" என்று கத்தினார்.

ரிசப்ஷனிஸ்ட், "சார், இதுக்கு முன்னால இந்த ரூம்ல தங்கினவங்க ரூம் கீ ய தொலைச்சிட்டாங்க. ஸ்பேர் கீ செய்யிறதுக்கு ஆள் வர சொல்லி இருந்தேன், இன்னும் வரல" என்று தயங்கியபடியே தெரிவித்தான்.

"ஏன் இதெல்லாம் முன்னாலயே சொல்ல மாட்டேங்குறீங்க, சரி அட்லீஸ்ட் ஜன்னல திறக்க ட்ரை பண்ணுங்க" என்று துரித கதியில் உத்தரவுகளை பிறப்பித்-தார்.

அனைத்து ஜன்னல்களும் உள்பக்கமாக பூட்டி இருந்ததால் அதுவும் முடியாமல் போனது. நேரம் ஆக ஆக உள்ளிருந்து சத்தம் அதிகமாக வரத்துவங்கியது, ஆதலால் இறுதியில் கதவை உடைக்க முடிவு செய்தனர் ஹோட்டல் ஆட்கள்.

கதவை உடைத்து உள்ளே வந்தவர்கள் அங்கு கண்ட காட்சி அத்தனைபே-ரையும் அதிர வைத்தது...

சில நிமிடங்கள் முன்பு வரை கீழே பாசமாய் பேசி சிரித்துக் கொண்டு இருந்த குடும்பம், இப்போது ஒருவரை ஒருவர் ரத்தம் வடியும்படி அடித்து கொண்டு இறந்து கிடந்தது.

பெற்றோர் இருவரும் அவர்கள் கையாலேயே பிள்ளைகளைக் கொன்றுவிட்டு, தாங்களும் தங்களையே கொடூரமாய்த் தாக்கி கொண்டு இறந்திருந்தனர்...

அனைத்தையும் பார்த்த மேனேஜர் அப்படியே நின்ற இடத்தில் மயங்கி சரிந்-தார். வெயிட்டரும், ரிசப்ஷன் பணியாளரும் பதறியடித்துக் கொண்டு போலீஸ்க்கு தகவல் அனுப்பினார்கள்.

உடனே அவ்விடம் வந்தவர்கள் அங்கிருந்தவர்களின் வாக்குமூலத்தை பெற்று விசாரணையில் இறங்கினர். ஹோட்டல் பணியாளர்கள் அந்த குடும்பத்து ஆட்க-ளின் பொறுமை பற்றி பக்கம் பக்கமாய் கட்டுரை எழுதி தந்தார்கள்.

எவ்வளவு முயன்றாலும் கொலை பற்றி எந்த துப்பும் கிடைக்க வில்லை காவல் துறையினருக்கு. அடுத்தகட்ட விசாரணை மூலம் மற்ற உறவுமுறை ஆட்களிடமி-ருந்து கிடைத்த தகவல் அனைத்தும், அந்த குடும்பத்தை பற்றி நல்லபடியாகவே இருந்தது...

அந்த அழகிய குடும்பம் அரை நொடிக்குள் சிதைக்கப்பட்ட காரணம் கிடைக்-காமல் குழம்பிய காவல் துறை, கேஸை முடிக்க வேண்டும் என்பதால் குடும்பத்-தோடு தற்கொலை என்றே எழுதிவிட்டது.

கேஸ் முடித்துவிட்டது என்று அவர்கள் நிம்மதி கொள்ள, இனி இதுதான் தொடர்கதை என்பதை யார் அவர்களுக்கு எடுத்துச் சொல்ல?...

இரண்டு மாதம் கழித்து,

இடம்: திண்டுக்கல்

சனிக்கிழமை வேலை முடிந்து மல்லிகைப்பூ பண்டலோடு திரும்பி வந்த தேவாவை பார்த்து, "உங்கள எல்லாம் பார்க்கும் போது காதலிச்சு தான் கல்யாணம் பண்ணனும்னு தோணுதுயா எனக்கு" என்றான் கீழ் வீட்டில் வசிக்கும் சந்துரு எனும் இளைஞன்.

"அதுக்கு என்னடா? ஒரு நல்ல பொண்ணா பார்த்து காதலிச்சு கல்யாணம் பணிக்கோ" என்ற படியே மாடிப் படிகளில் ஏறி தன் வீட்டிற்குள் சென்றான் தேவா.

தேவா - ஒரு புகழ் பெற்ற நாளிதழில் ரிப்போர்ட்டராக பணிபுரிகிறான்.

பணி நிமித்தமாய் பயணிக்கையில் அந்த அழகியைப் பார்த்தான். பார்த்ததும் காதல் தீ பற்றிக் கொண்டது. ஒரு வருடமாக காதலித்த அந்த காதல் பறவைகள், தத்தமது வீட்டினரிடம் கூற இரண்டு குடும்பத்திலும் பலமான எதிர்ப்பு.

இன்னும் ஜாதி மதத்திற்கு முக்கியத்துவம் தரும் மனப்பாங்கு மனிதர்களிடத்தில் இருக்கத்தானே செய்கிறது. சமாதானம் செய்ய முயன்றதில் படுதோல்வி.

வேறு வழி தெரியாத இருவரும் நிகழ்காலத்தை இழக்க மனமின்றி வீட்டை விட்டு வெளியேறி திருமணம் செய்து கொண்டனர். தேவாவின் மனைவி பெயர் அஸ்வினி, ஐடி கம்பெனி ஒன்றில் வேலை செய்கிறாள்.

இருவரின் அன்யோனியத்தைப் பற்றி அந்த காலனியே பேசும் அளவிற்கு இருவருக்கிடையில் காதல் நதி வழிந்து ஓடும்.

அடுத்த நாள் ஞாயிற்று கிழமை, காலை பத்து மணி....

"என்ன சந்துரு லவ் பேர்ட்ஸ் ரெண்டு பேரையும் ஆளையே காணோம்? மணி பத்து ஆயிடிச்சு, இன்னும் கதவை திறக்கவே இல்லை?" என்றார் எதிர் வீட்டு வெங்கடேசன்.

"தெரியலையே அங்கிள், வாராவாரம் இந்நேரத்துக்கு சிக்கன் கொழம்பு வாசம் மூக்கை துளைக்கும். ஆனா இன்னைக்கு ரெண்டு பேரையுமே காணோம்."

"நமக்கு சொல்லாம காலையிலயே எங்கேயாவது பறந்துட்டாங்களா? எதாவது விஷேஷம்னா கேட்டு சொல்லுப்பா" என்றார் சீண்டலாய்.

"பக்கத்து தெருவுக்கு போகவே பத்து தடவை அம்மாகிட்ட சொல்லுவாங்க. நம்மட்ட சொல்லாமலா மத்த விஷயம் நடக்கும்? எனக்கென்னவோ இன்னும் எழுந்திரிக்கலனு தோணுது•••

காலையில போட்ட பாலும் பேப்பரும் கூட கேக்க ஆள் இல்லாம கேட்டுலயே இருந்துச்சு. எங்க அம்மாதான் எடுத்து வச்சிருக்காங்க. மதியம் வரைக்கும் பார்-போம், இல்லனா கதவை தட்டி வெளிய தூக்கிட்டு வந்துட வேண்டியதுதான்" என்றான் சந்துரு.

மணி மதியம் ஒரு மணியை நெருங்கிய பிறகும் அந்த காதல் பறவைகள் வெளியில் வருவதை போல் இல்லை. துணிந்து லேசாக தட்டி பார்த்தான் சந்-துரு•••

சத்தமே வராமல் போக, எதிர் வீட்டு வெங்கடேசனை கூப்பிட்டு வந்தான். அவர் வந்து தட்டி பார்த்தும் பதில் எதுவும் இல்லாமல் போனது. அந்த வீட்டு ஓனரிடம் டுப்ளிகேட் சாவியை கேட்டு வாங்கி வந்து கதவை திறக்க, உள்ளே கண்ட காட்சியில் உறைந்து போய் நின்றனர் அனைவரும்...

தேவாவின் உடம்பில் பல காயங்கள், அஸ்வினி உடம்பிலும் பல காயங்கள், இறந்த நிலையில் தரையில் கிடந்தனர் இருவரும்.

பின் போலீஸ் வந்து விசாரணை நடத்தி துப்பு துலக்க, அந்த வீட்டிற்கு யாரும் வந்து போனதாக கூட தெரியவில்லை.

இரண்டு வாரமாக செய்திகளிலும் நாளேடுகளிலும் முக்கியச் செய்தியாக தொடர்ந்த கதை, இம்முறையும் ஆதாரம் இல்லை என்றானது.

'கணவன்-மனைவிக்குள் பிரச்சனை••• ஒருவரை ஒருவர் அடித்துக் கொலை செய்தனர்•••' என்ற வார்த்தைகளோடு கேஸ் மூடி வைக்கப்பட்டது.

ஆனால் கடந்த இரு வழக்கிலும் இருந்த ஒற்றுமை காவலர்கள் மூளையை உசுப்பிவிட்டது. எங்கோ ஏதோ மிகப்பெரிய தவறு நடக்க போகிறது என்று மட்டும் அவர்களுக்கு நன்கு புரிந்தது....

2

இரண்டு மாதத்திற்கு ஒரு முறை, அங்கொன்றும் இங்கொன்றுமாய் இதே போன்று சம்பவங்கள் நடந்து கொண்டிருந்தது. காவல் துறை முதலில் இது எதோ காரணம் இல்லாமல் யதேட்சையாக நடக்கும் கொலைகள் என்று நினைத்து கேஸ்களை மூடி விட்டன.

நடக்கும் சம்பவங்கள் அனைத்திலும் சில விஷயங்கள் ஒரே போல் ஒத்து போகிறது என்பதை நான்கு, ஐந்து கொலைகளுக்கு பின்னரே அவர்களால் புரிந்து கொள்ள முடிந்தது.

அதற்குள் இரண்டு மாதத்திற்கு ஒரு முறை என்று நடந்து கொண்டு இருந்த எண்ணிக்கை விகிதம் கணிசமாக அதிகமாகி விட்டிருந்தது.

வாரத்திற்கு ஒன்று இரண்டு என்று ஆங்காங்கே கொலைகள் நிகழ்ந்தேற, காவல் துறை தலையை பிய்த்துக் கொள்ளாத குறையாக குழம்பிக் கிடந்தது.

கொலைக்கான காரணம் இன்னதென்று கண்டறிய இயலாததால் காவல்துறை கையாலாகாத துறையாக மாறி கொண்டிருக்க, மற்றொருபுறம் கொலை சம்பந்-தப்பட்ட செய்திகள் நாளிதழ்களிலும் இணையத்திலும் பரவி மக்களை பீதியில் ஆழ்த்தியது.

எண் திசைகளிலும் கொலைச் செய்திகள் சூடுபிடிக்க, காவல் துறையினர் இந்த கொலைகளில் அதிக பட்சம் என்னதான் கண்டு பிடித்தனர்? என்று ஊடகங்கள் அவர்களின் மானத்தை பட்டம் விட்டு விளையாட ஆரம்பித்தது.

காவல் துறையினரின் கைவசம் இருக்கும் துப்புகள் இரண்டு மட்டுமே. ஒன்று, இந்த கொலைகள் அனைத்தும் இரவு நேரத்தில் தான் நடைபெறுகிறது, அதிலும் முக்கியமாக இரவு பத்தில் இருந்து பன்னிரெண்டு மணிக்குள் நடை பெறுகிறது.

இரண்டாவது துப்பு, கொலை செய்யப்பட்ட அனைவரும் குடும்பமாய், சண்டை சச்சரவு இன்றி அழகான அமைதியான வாழ்க்கை வாழ்ந்தவர்கள்தான்...

கொலைகாரன் தனி நபர்களை விட்டுவிட்டு குடும்பமான இடத்தைத்தான் அதிகம் தாக்குகிறான். ஒரு வேளை அவன் தனது பாசமான குடும்பத்தை எதாவது விபத்தில் அல்லது வேறு ஏதோ வகையில் இழந்துவிட்டு தவித்தவனாய் இருக்-

கக்கூடுமோ?!?!.

அதனால் மன உளைச்சல் அதிகமாகி, மற்றவர்கள் மகிழ்ச்சியாய் வாழ்வதை காணப் பொறுக்காமல் சைக்கோவாகி இருக்கக்கூடுமோ?!?! என்ற படி தான் அவர்களின் விசாரணை இந்த நிமிடம் வரையில் சென்று கொண்டு இருந்தது.

ஆனால் அவன் எவ்வாறு ஒவ்வொரு இடத்திற்கும், சிறு தடயமும் கைரே- கையும் இல்லாமல் வந்து போகிறான்? என்பது தான் அவர்களுக்கு இப்போதுவரை புரியாத புதிரே..

இதற்கிடையில் குடும்பங்கள் மட்டுமே தாக்கப்படுகிறது என்ற செய்தி கோடை காலத்து காட்டுத்தீ போல ஊர் எங்கும் அதி விரைவாக பரவிட, அது மேலும் மக்களிடம் அச்சத்தை ஏற்படுத்தியது.

காவல்துறை சரியாக கண்டுபிடித்தாலே சில நேரங்களில் தங்களுக்குள் குழப்- பிக் கொள்ளும் மக்கள் கூட்டம் இம்முறை என்ன செய்யும்? விதவிதமான வித்- தியாச புரளிகளை பரப்பிவிடும்தானே...

ஒரு சில புத்திசாலிகள் மட்டும் தங்களால் முடிந்த வரை தங்களுடைய குடும்- பத்தை காப்பாற்றி கொள்ளத் தேவைப்படும் அனைத்து பாதுகாப்பு முயற்சிகளையும் செய்து கொண்டு இருந்தனர்.

அக்கம்பக்கத்து வீட்டினரோடு சண்டை போடுவதை கைவிட்டுவிட்டு, காலை- யும் மாலையும் சினேகமான புன்னகைகளை பரிமாற ஆரம்பித்தனர்.

வருடத்திற்கு ஒருமுறை தொடர்புகொண்ட ஒன்றுவிட்ட உறவுமுறைகளுக்கு எல்லாம் தினம் ஒருமுறை தொடர்பு கொள்வது நடைமுறைக்கு வந்து கொண்டி- ருந்தது.

வீட்டின் வாசலிலும், சில வீடுகளுக்குள்ளும் சிசிடிவி கேமராவை பொறுத்து- வோரின் எண்ணிக்கை கணிசமாக அதிகரிக்கத் துவங்கியது...

அப்பார்ட்மெண்ட் வாசிகளோ வாயிற்காவலிற்கு ஆட்களை அளவிற்கு மிகு- தியாக எடுக்க ஆரம்பித்தனர்.

அதிலும் நல்ல உடல் வாகு, நல்ல உயரம், ஓரளவிற்கு இளவயது, உடற் குறைபாடு இல்லாத தோற்றம் என ஏதோ மிலிட்டரிக்கே ஆள் எடுப்பது போல வாட்ச்மேன் வேலைக்கு பல கோட்பாடுகள் அமைக்கப்பட்டன.

இவர்கள் இப்படி என்றால் மற்றொரு தரப்பினர், "இது நமக்கு நம் முன்னோர்- கள் இடப்பட்ட சாபம். அது தான் நோய் வடிவிலும், மர்ம கொலைகள் வழியிலும் நம்மை துரத்துகிறது.

இதில் இருந்து எவருமே தப்ப இயலாது, இன்னும் சில மாதங்களில் உலகமே ஒட்டுமொத்தமாக அழியப் போகின்றது. இப்படித்தான் நம் அழிவு இருக்கும் என்று எங்கள் மத நூல்கள் சொல்கிறது" என்று புது விதமாக ஒரு கற்பனை குதிரையை தட்டி கிளப்பி விட்டனர்.

இவர்களால் மாந்த்ரீகர்களையும் போலிச் சாமியார்களையும் நம்பி, அர்த்தமற்ற பூஜை பரிகாரத்தை மேற்கொள்ளும் கூட்டம் கூடிக்கொண்டே சென்றது. எல்லோர் வீட்டு வாசலிலும் அவரவர் மத வழிபாட்டுத் தோரணங்கள் ஊசலாடியது.

இன்னும் சில அதி மேதாவிகள், இவை அனைத்தும் இல்லுமினாட்டிகளின் வேலை தான் என்று முடிவு கட்டிவிட்டனர். நம்மை மறைந்திருந்து தாக்க இத்தனை நாள் அவர்கள் போட்ட திட்டத்தின் விளைவு தான் இந்த மர்மச் சாவுகள்.

இந்த பிரச்சனைக்கு அரசாங்கம் உடனே தலையிட்டு இல்லுமினாட்டிகளிடம் பேசி பிரச்சனைக்கு தீர்வு காண வேண்டும் என்ற படி அரசிற்கு மனுக்களை பறக்க விட்டனர்.

மற்றொரு புறம் தன்னார்வலர்கள் எனும் பெயரில் உலவும் அற்புத ஜீவிகள், 'இதெல்லாம் நம் எதிரி நாடுகள் நம் நாட்டினுள் இருக்கும் கார்ப்பரேட் கம்பெனிகள் மூலமாக நிகழ்த்தும் ரகசிய போர். எதோ ஒருவித ரசாயனத்தை நாம் பயன்படுத்தும் அன்றாட பொருட்களில் அவர்கள் கலந்து விடுகின்றனர்.

அந்த கெமிக்கல் நம் உடலை அடைந்ததும் நமது மூளையில் இருக்கும் நரம்பு மண்டலத்தில் கோளாறுகளை உருவாக்குகிறது. அதனின் விளைவாகத்தான் மனிதர்கள் இப்படி புத்தி பேதலித்து, தன் மொத்த நினைவுகளையும் முற்றிலுமாய் இழக்கும் நிலைக்கு வந்து, நம்மை அறையாமலே மிருகமாய் மாறி நம்மைச் சார்ந்தவர்களை கொலை செய்கிறார்கள்.

அதனால் கடைகளில் விற்கும் கார்ப்பரேட் பொருள்கள் அனைத்தையும் அரசாங்கம் தடை செய்ய வேண்டும். இறந்தவர்களின் இல்லத்தில் உள்ள ஒவ்வொரு பொருட்களும் முழுதாய் ஆராய்ச்சி செய்யப் பட வேண்டும். அவர்கள் உபயோகிக்கும் ஷேவிங் க்ரீம், நாப்கின் வரை அரசாங்கம் தூசி தட்டி பார்க்க வேண்டும் என்று தனது ஏலியன் மூளையால் பிரச்சனைக்கான முடிவையும் கற்றுக் கொடுத்துக் கொண்டிருந்தது.

மக்கள் எத்தனை அபத்தம் செய்தாலும், அரசு எடுத்தோம் கவிழ்த்தோம் என முடிவு எடுக்க முடியாதே....

ஆயிரம் குற்றவாளிகள் தப்பித்தாலும் ஒரு நிரபராதி தண்டிக்கப்பட கூடாது எனும் மனுநீதி அடிப்படையோடு செயல்படும் அரசாங்கம், பொறுமையாய் இன்னும் கொலைகாரனை தேடிக் கொண்டிருந்தது.

மக்களின் அச்சத்தாலும் அசட்டுத்தனமான பிரச்சாரத்தாலும் காவல் துறைக்கும், அரசாங்கத்திற்கும் நெருக்கடி அதிகமாக ஆரம்பித்தது.

ஏற்கனவே கொலையை கட்டுப்படுத்தத் முடியாமல் திணறிக் கொண்டு இருந்தவர்களுக்கு, இப்போது மக்களின் மனநிலையையும் வேறு கட்டு படுத்த வேண்டிய இக்கட்டான நிலை...

ஆனாலும் மனம் சோர்ந்திடாது அதை எப்படியாவது செய்துவிட வேண்டும் என்று போராடிக் கொண்டு இருந்தனர்.

நாளுக்கு நாள் கொலைகளின் எண்ணிக்கை இரண்டு மடங்கு, மூன்று மடங்கு என்று அதிகமாகிக் கொண்டு போனதே தவிர குறைந்த பாடில்லை.

தமிழகத்தில் மட்டும் பரவிக் கிடந்த இந்த செய்திகளும், வதந்திகளும் மானிலத்தை கடந்து வெளியே செல்ல ஆரம்பித்தது.

இவற்றை கேள்விப் பட்ட மற்ற மாநில போலீஸ்காரர்களும் தங்கள் மாநிலத்தை உற்று கவனிக்கத் தொடங்கினர்.

தங்களுடைய மாநிலத்திலும் இதே போன்று ஒரு சில சம்பவங்கள் நடந்திருக்கிறது. அதுவும் கடந்த சில வாரங்களில் தான் கொலைகளின் எண்ணிக்கை அதிகமாகிக் கொண்டே போகிறது என்ற தகவல்கள் நாட்டின் பல பகுதியிலிருந்து மத்திய அரசிற்கு பறக்கத் துவங்கியது.

இது எதோ கவனிக்கப்பட வேண்டிய விஷயம் என்று கருதிய மத்திய அரசு, சிபிஐயின் உதவியை நாடியது. சிபிஐயே இனி இந்த வழக்கை எடுத்து நடத்த சொல்லி கோரிக்கை வைத்த அதேநேரம், நாடு முழுவதும் இருந்து சுமார் நூற்றைம்பது கொலைகள் ஒரே நாளில் நிகழ்த்தப்பட்டது.

அடுத்த நாள் இந்தியாவின் அனைத்து பத்திரிக்கைகளிலும் பாதி பக்கங்களை இந்த மர்மக் கொலைகள்தான் ஆக்கிரமித்து இருந்தது.

போதாததிற்கு அனைத்து கொலைகளும் சொல்லி வைத்தார் போல ஒரே நேரத்திலும், ஒரே மாதிரியாகவும் நடந்து இருக்கிறது என்பது அரசாங்கத்திற்கே சிறிது பதட்டத்தையும் பயத்தையும் அளித்தது.

அங்கு கொலை, இங்கு கொலை என்று நாடு முழுவதும் எங்கு பார்த்தாலும் கொலையைப் பற்றிய பேச்சாகவே இருக்க, மக்களின் மனதில் பயம் பெருகிக் கொண்டே போனது.

பத்து நாட்கள் கழித்து...

இடம் : டிசிஸ் ஐடி பார்க், சென்னை

"மச்சா வாடா... டைம் ஆச்சு, சாப்பிட்டுட்டு வந்துடலாம்" என்று கை கடிகாரத்தில் நேரத்தை பார்த்த படியே வந்தான் அருள்.

"இருடா... இன்னும் கொஞ்சம்தான் இருக்கு, முடிச்சிட்டேன்னா இதை மொதல்ல ஹெச்ஆர் (HR) கையில குடுத்துட்டு வந்துடுவேன், என் வேலையும் முழுசா முடிஞ்சிடும்.

இல்லாட்டி அந்த ஆளு நொய்யி நொய்யினு வீட்டுக்கு கௌம்புற நேரத்துல என் உயிர எடுப்பான்டா" என்று கணினியில் தன் பார்வையை வைத்தபடியே பதிலளித்தான் செந்தில்.

செந்திலின் அருகில் குனிந்து வந்த ராகுல், "ஏதோ இதுவரைக்கும் அந்த ஆளுட்ட திட்டே வாங்காத மாதிரி சீன் போடாதடா. அந்த வழுக்கை மண்டைக்கு இதான் வேலை, அவன் கெடக்குறான் விடு.

சாப்ட்டுட்டு வந்து மீதி வேலைய பாத்துக்கலாம் மச்சி. நான் வேற இன்னிக்கி உனக்கு புடிச்ச ஆம்பூர் பிரியாணி வாங்கி வச்சிருக்கேன். வந்து தொலைடா, என்னால என் வாய அடக்க முடியல" என்றான்.

அதுவரை வேலை வேலை என்று உத்தமபுத்திரனாய் இருந்த செந்தில், பிரியாணி என்றதும் உத்தமவில்லனாய் உருமாறினான்.

சடாரென்று தன் இடத்தை விட்டு எழுந்து நின்றவன், "என்னது ஆம்பூர் பிரியாணியா? வாங்கடா சாப்பிட போகலாம், நமக்கு வேலையா முக்கியம்? பிரியாணி தானே முக்கியம்!.." என்றான் அசடு வழிந்து கொண்டு.

மூவரும் தங்களின் ஆஸ்தான உணவருந்தும் இடத்தில், ஒரு சேர அமர்ந்து கொண்டு டப்பாக்களை திறந்தனர்.

ராகுல், "என்னடா எப்போ பாரு சாம்பார் பொறியல்னே கொண்டு வர்ற? வித்யாசமா கொண்டு வரவே தெரியாதாடா" என்று சொல்லிக்கொண்டே செந்திலின் டப்பாவிலிருந்து கொஞ்சம் சாதத்தை எடுத்து தின்ன ஆரம்பித்தான்.

செந்தில், "உனக்கு என்னப்பா? நீ பேச்சுலர் பாய், தினமும் வித விதமான சாப்பாட்ட வித்தியாசமான ஹோட்டல்ல இருந்து வாங்கிட்டு வர்ற. நான் அப்படியா? குடும்பஸ்தன், ஆசைப்பட்டு ஒரு தோசைக்கு ரெண்டு சட்னி கேட்டா போதும், நான் செத்தேன்...

'உங்களுக்கு ஒண்ணு, உங்க பிள்ளைங்களுக்கு ஒண்ணு, உங்க அம்மாவுக்கு ஒண்ணுன்னா என்னால சமைக்க முடியும்? வீட்டு வேலை, குழந்தைங்க, நீங்க, உங்க அம்மா எல்லாத்தையும் சமாளிச்சுகிட்டு நான் மூணு வேளையும் சமைச்சு போடுறதே பெருசு.

இன்னோர் தடவ அது வேணும் இது வேணும்ணு மகாராஜா மாதிரி கேட்டுக்கிட்டு இருந்தீங்க, உங்களுக்கும் உங்க குடும்பத்துக்கும் உப்புமா செஞ்சி கொடுத்துடுவேன் பார்த்துக்கோங்க'னு மிரட்டுறாடா என் பொண்டாட்டி" என்றான் முகத்தை அப்பாவியாய் வைத்து கொண்டு.

"பொலம்பாதீங்கடா... அதான் இங்க ஷேர் பண்ணித்தான சாப்பிடுறோம், இங்க பாருங்க எங்க அம்மா இன்னைக்கு பரோட்டாவும் சிக்கன் சால்னாவும் செஞ்சி குடுத்து இருக்காங்க. எடுத்து சாப்பிடுங்க" என்றான் அருள் தன் டப்பாவை திறந்த படி.

"வாழ்ந்தா உன்ன மாதிரி வாழணும்டா.. நல்ல வேலை, நல்ல சம்பளம், நினைச்ச நேரத்துக்கு இஷ்டப் படி வகை வகையா சமைச்சு கொடுக்குற அம்மா, லவ்வுக்கு ஓகே சொல்ற அப்பானு சும்மா செம ஜாலியான குடும்பத்துல வாழ்றடா

நீ" என சலித்து கொண்டான் ராகுல்.

"இப்போல்லாம் குடும்பம்ன்ற வார்த்தைய கேட்டாலே கொஞ்சம் பயமா இருக்-குடா. அக்கம் பக்கம் பார்த்துதான் குடும்பத்தை பத்தி பேச வேண்டியிருக்கு. எவன் எங்க இருந்து நம்ப குடும்பத்தை பத்தி கேட்டுட்டு வந்து போட்டு தள்ளிட்டு போவான்னு உள்ளுக்குள்ள பக்கு பக்குன்னு இருக்குடா" என்றான் குடும்பஸ்தனா-கிய செந்தில்.

"ஆமாம்டா, நானும் பார்த்தேன். எப்போ நியூஸ் பார்த்தாலும் கொலை கொலை கொலைதான். ஆபீஸ்ல நிம்மதி இல்லாம வீட்டுக்கு போனா, வீட்டுலயும் நிம்மதியா இருக்க விட மாட்டேங்குறாக" என புலம்பினான் அருள்.

"எனக்கு என்னமோ, நம்ப அரசாங்கம் மேலதான் டவுட்டு வருது. நம்மளோட மக்கள் தொகையை கட்டு படுத்த முடியாம, குடும்பம் குடும்பமா போட்டு தள்ள முடிவு பண்ணிட்டாங்கனு நினைக்குறேன். இந்தியாவுல எதும் பெருசா உணவு பஞ்சம் பொருளாதார வீழ்ச்சி வரப்போகுதோ?!?!" என்றான் செந்தில்.

ராகுல், "அட இவன் வேற. எதை கொண்டு போய் எங்க முடுச்சி போடுறான் பாரு" என்று சிரித்திட அருளும் அவன் சிரிப்பில் இணைந்துகொண்டான்.

செந்தில், "டேய் நான் சீரியஸா சொல்றேன், செத்தவன் அத்தனை பேரோட பேக்ரவுண்டு, பேங்க் அக்கவுண்ட்னு எல்லாத்தையும் யாராவது வெளியில கொண்டு வந்தா அப்போ எல்லாமே வெளிச்சத்துக்கு வரும்.

நீங்க வேணும்ன்னா பாருங்க, இன்னிக்கி சம்பவத்தோட ரிசல்ட் இன்னும் ஒரு வருஷம் கழிச்சு இந்தியாவோட பொருளாதாரத்துல தெரியும்" என்று எதோ அனைத்தையும் நேரில் பார்த்தவன் போல இந்திய பொருளாதாரத்தை பற்றி பேசிக் கொண்டிருந்தான்.

ராகுல், "அதெல்லாம் இருக்காது. இது என்னமோ இல்லுமினாட்டிகள் பண்ற வேலை மாதிரி தான் தெரியுது. மர்மமா வர்றது, கொலை பண்றது, எல்லாம் அவங்க கால காலமா போட்ட திட்டமா கூட இருக்கலாம்" என்றான் படு சீரிய-ஸாக.

அருள், "ஆமாம்டா. அந்த இல்லுமினாட்டிகளோட அடுத்த டார்கெட் நீதா-னாம், அவங்க காலகாலமா போட்ட திட்டத்தை நீ ஒரே செகண்ட்ல கண்டுபி-டிச்சிட்ட. அதனால உன்னை இன்னிக்கி ராத்திரி போட்டு தள்ள போறாங்கன்னு எனக்கு மட்டும் வாட்ஸப்ல ரகசியமா மெசேஜ் அனுப்புனாங்க" என்றான் ராகுலின் அளவு தீவிரத்துடன்.

"அப்படியாடா?" என்ற ராகுல் பொய்யான முகபாவத்துடன் ரொம்பவே பாவ-மாக ஆக்டிங் கொடுத்தான்.

அதில் அடக்கி வைத்திருந்த சிரிப்பு மொத்தமாய் வெளியே வர, புரை ஏறும் அளவிற்கு அவனப் பார்த்து சிரித்தனர் மற்ற இருவரும்.

ராகுல், "போதும் சிரிச்சது, பல்லு கண்டு விழுந்திட போகுது."

அருள், "பின்ன என்னடா? வாங்குன பிரியாணியை சந்தோசமா சாப்பிட விடாம இல்லுமினாட்டினு கதை சொல்லுறான் ஒருத்தன்? கவர்மெண்ட்டே கட்டம் கட்டி காலி பண்ணுதுன்னு சொல்றான் இன்னொருத்தன். கேட்கிற எனக்கு கடுப்பாகாதா?

உங்க அதீத கற்பனை வளத்தால நமக்கு குடுத்த அரை மணி நேர லஞ்ச் பிரேக்கே முடியப்போகுது. பேசாம சாப்பிடுங்கடா அப்பரசண்டிகளா, இல்ல அந்த வழுக்க மண்டையன் நம்மளத் தேடி இங்கேயே வந்துடுவான்" என்று சொல்லிக்-கொண்டே ராகுலின் பின்னதலையில் அடித்தான்.

செந்தில், "லெக் பீஸ் வேணும்னா ஓப்பனா கேளுடா, அத விட்டுட்டு அவ்ளோ நேரமாச்சு இவ்ளோ நேரமாச்சுனு பதற வைக்காத..." என்று விளையா-டிக் கொண்டே, ராகுல் தட்டில் இருந்த லெக் பீஸை எடுத்து தான் சாப்பிட்டான்.

லெக் பீஸ் போன கடுப்புடன் அருள், "இன்னிக்கி ராத்திரி அந்த கொலை-காரன் உன் வீட்டுக்கு வரப் போறான் பாரே, டிமோண்டி காலனில படத்துல வர்ற மாதிரி எல்லாரும் கதறப் போறீங்க" என்றான்.

செந்தில், "எங்க வீட்டுக்கு வந்தா என் பொண்டாட்டி அடிக்குற அடியில அவனே துண்டக் காணோம் துணியைக் காணோம்னு ஓடிடுவான்டா" என்றான் கறியின் மேல் கண்ணாய்.

"சிஸ்டர பாத்தா அவ்ளோ டெரர் பீஸா தெரியலியேடா" என்றான் ராகுல்.

"பார்த்தா தெரியுமா? அடி வாங்கிப் பாரு, அப்ப தான் தெரியும். போன மாசம் என் பிறந்த நாள் அன்னைக்கு, நான் எவ்வளவு அடி வாங்கினேன் தெரியுமா? நல்ல நாள்னு கூட பார்க்காம பெண்ட நிமித்திட்டா டா" என்று அழுவது போல பாசாங்கு செய்தபடியே லெக் பீசை கடித்து தின்றான்.

திடீரென்று நினைவு வந்தவனாய் அருள், "ஆமா, நாளைக்கு உன்னோட ரூம் மேட்க்கு பிறந்த நாள்னு சொன்னியே. கிஃப்ட் ஐட்டம்ஸ், கேக் எல்லாம் வாங்கி-யாச்சாடா?" என்றான்.

"ஆர்டர் கொடுத்திருக்கேன், ஈவனிங் ரூம்க்கு போறப்போ வாங்கணும். மத்தபடி பலூன், ரிப்பன், கிஃப்ட் எல்லாமே என்னோட ரூம் மேட் ரிஷியும், விஷ்வாவும் வாங்கிட்டு வருவாங்க."

"அப்போ இன்னிக்கி ராத்திரி முழுக்க ஒரே கச்சேரிதான், என்ஜாய்" என்று பேசிக் கொண்டே சாப்பிட்டு முடித்தவர்கள், தத்தமது வேலைகளில் மீண்டும் மூழ்க ஆரம்பித்தனர்.

ராகுல் ஆபீஸ் முடிந்த உடனே கிளம்பி ஓடி விட்டான். நண்பனுக்காக கேக் வாங்கிக் கொண்டு, அவன் வீடு செல்கையில் மணி ஒன்பதாகிவிட்டது.

3

கேக்கை பைக்கின் முன் பக்கம் வைத்தபடி வந்து கொண்டிருக்கும் ராகுலின் கண்-
ணிற்கு படுவது எல்லாம், அந்த கொலைச் சம்பவம் பற்றிய செய்தியும், அத
சார்ந்தது தகவல்களும்தான்.

துணுக்குச் செய்திகளாய் ஆங்காங்கே கடைகளுக்கு வெளியே பத்திரிக்கை
காகிதங்களில் பலவித கட்டுக் கதைகள் ஊஞ்சலாடிக் கொண்டு இருந்தது.

அதிலும் அவனுக்கு வேடிக்கையாகப் பட்டது அந்த ஒரு செய்தி....

"மர்மக் கொலைகளைப் பற்றிய பயமா? பயப்பட வேண்டாம், அந்த கொடிய
ஆவியிடம் இருந்து உங்கள் குடும்பத்தை காப்பாற்றி கொள்ள அணுகுங்கள் கலி-
யுக கடவுள் யோகி பாபா.. மேலும் தகவலுக்கு" என்று ஒரு தொலைபேசி எண்-
ணும் எண்ணும் கொடுக்க பட்டிருந்தது.

"கொலையாளியை பேயா நீங்களே கன்ஃபார்ம் பண்ணிடங்களாடா? கழுவாம
வச்ச கரிச்சட்டி மாதிரி மூஞ்சி இருக்கு, இந்த ஆளு கலியுக கடவுளாம்....

கூடவே தில்லா பாபா நம்பர் வேற! கால் பண்ற ஒருத்தனும் வாழ்க்கையில
உருப்புடமாட்டான். அவனுங்களை எல்லாம் ஒருலட்சம் பெரியார் வந்தாலும்
திருத்த முடியாது!" என தலையில் அடித்து கொண்டவன் மறக்காமல் அதை
புகைப்படமும் எடுத்து கொண்டான்.

இந்த கேலிக் கூத்துக்களை, தான் மட்டும் கண்டு ரசித்து சிரித்தால் போதுமா?
நண்பர்களோடு சேர்ந்து கலாய்த்தால் தானே, தான் பெற்ற இன்பத்தை அவர்களும்
பெறுவார்கள்?? எனும் நல்ல எண்ணம்தான் அவனின் அந்த அவசர க்ளிக்கிற்கு
காரணம்..

கைபேசி தன் வேலையை முடித்ததும், கடகடவென புறப்பட்டது அவன் பைக்.
கையில் கேக் இருப்பதால் வண்டியை ஆடாமல் அசையாமல் கயிற்றின் மீது ஓட்-
டுவதைப் போல, கஷ்டப்பட்டு உருட்டிக் கொண்டு வந்தான் ராகுல்.

வீட்டின் முன் அவன் வண்டியை நிறுத்துகையில், நேரம் இரவு பத்து
மணியை நெருங்கி விட்டிருந்தது. ஓனருக்கு சத்தம் கேட்காதபடி, திருடன் போல
வாகனத்தை அதற்கான இடத்தில் நிறுத்திவிட்டு, மாடிப்படி ஏறி ஆரம்பித்தான்.

அவனது வருகையை நான்காவது மாடியில் இருந்து பார்த்துவிட்டான் விஷ்வா...

என்ஜினீயரிங் படித்துவிட்டு தடம்மாறி வாழ்க்கைப் பயணத்தை மேற்கொண்ட அனேக இளைஞர்களுள் விஷ்வாவும் ஒருவன்.

ஐடி கம்பெனியில் வேலை செய்து, ஒரு வருடத்தில் நட்சத்திர ஜன்னல் பாட்டு பாட வேண்டும் என ஆசைப்பட்டு சென்னை வந்தவனுக்கு, சென்னை தன் அசல் குணத்தை காட்டியது.

விஷ்வாவுக்கு தன் உடல்நலத்தில் எப்போதும் அதீத அக்கறை உண்டு. ஆதலாலேயே அவன் உடலளவிலும் மன வலிமையிலும் மற்றவர்களை விடவும் கொஞ்சம் அதிகப்படியானவன்.

அதன் காரணமாக வேலை கிடைக்கும் வரையில் ஒரு ஜிம்மில் சேர்ந்து உடற்-பயிற்சி செய்யலாம் என்று ஆரம்பித்தான். நாளடைவில் அதிலேயே அவன் எண்-ணம் முழுவதும் மூழ்க, அதையே தன் பிழைப்பாக்கி விட்டான்..

இப்போது சென்னையிலேயே பிரம்மாண்டமாய் ஷோ காட்டும் ஒரு ஜிம்தனில் இரண்டாம்நிலை பயிற்சியாளராக பணிபுரிந்து கொண்டிருக்கின்றான்.

கூடிய விரைவில் சொந்தமாக ஜிம் ஒன்றினை ஆரம்பிப்பதற்கு, தன்னாலான அத்தனை முயற்சிகளையும் மேற்கொண்டு வருகின்றான். அதிர்ஷ்டம் அவனுக்கு இருப்பதால், தொடர்ந்து வெற்றி மேல் வெற்றி வந்து கொண்டிருக்கின்றது.

ஆயினும் ஆதரவு இல்லாத காலத்தில் தனக்கு உதவிய நண்பர்களுக்கு நன்றி செய்யும் விதமாய், இன்னும் இவர்களோடு தங்கி இருக்கின்றான்.

மாடியிலிருந்து வேகமாய் இறங்கி வந்த விஷ்வா, "வாடா, உனக்காகத்தான் வெயிட் பண்ணிட்டு இருந்தேன். நல்லவேளை சொன்ன மாதிரியே கரெக்ட் டைமுக்கு வந்துட்ட, கேக் வாங்கிட்டியா?

அவன் பேருக்கு ஸ்பெல்லிங் ஒழுங்கா போட்டு வாங்குனியா, இல்ல போன மாசம் விஷ்வானு போடுறதுக்கு பதிலா ராகவானு போட்டு வாங்கிட்டு வந்தியே, அது மாதிரி இப்பவும் தப்பு தப்பா பேர் போட்டு வாங்கிட்டு வந்து இருக்கியா?" என்றான்.

விஷ்வாவின் கேலியால் முகம் சுழித்த ராகுல், "அதெல்லாம் சரியாதான்டா போட்டு வாங்கிட்டு வந்து இருக்கேன். ஆமா நீ இந்நேரத்துல எங்க போற? பெர்த் டே பாய் வினய் வேலை முடிஞ்சு வந்துட்டானா? மேல இருந்தான்னா நீதான்டா கேக்க ஒளிச்சு வைக்க ஹெல்ப் பண்ணனும்" என்றான் ராகுல்.

"இல்ல இல்ல.. அவன் இன்னும் வரல, இன்னிக்கி அவனுக்கு ஏதோ ஒரு மீட்டிங் இருக்குதுனு சொன்னான். அதனால ரூம்க்கு வர கொஞ்சம் லேட் ஆகும்னு புலம்பிட்டு இருந்தான்.

இன்னும் அவன்ட்ட இருந்து எந்த போனையும் காணோம், அனேகமா அவன் நடு ராத்திரி தான் வருவான்னு நினைக்கிறேன். நான் போய் எல்லாருக்கும் நைட்டுக்கு சாப்பாடு வாங்கிட்டு வரேன்.

இன்னிக்கி நைட்டு பார்ட்டில நம்ம பெர்த்டே பாய நான் - வெஜ்லயே குளிக்க வைக்கணும். ஆடுறது, ஓடுறது, தாவுறது எது இருந்தாலும் அள்ளிட்டு வந்துடுவேன்.

உன் பைக் சாவியக் குடு, நான் சீக்கிரம் போயிட்டு வர்றேன்" என்று கூறியபடியே, அவன் கையில் இருந்த சாவியை வலுக்கட்டாயமாய் பிடிங்கியதோடு, ராகுலின் முதுகில் இரண்டடி போட்டு விட்டுத்தான் அங்கிருந்து சென்றான்.

ராகுல், "ஒரு ஊர்காரனுங்களாச்சே, நாளப் பின்ன ஏதாவது ஒரு பிரச்சனைனா ஒத்தாசை பண்ணுவீங்கனு நம்பி உங்க நாலு பேர் கூடவும் தங்குனதுக்கு என்ன நல்லா செய்யுறீங்கடா. என்னா அடி?" என்று முதுகை தேய்க்க முயன்று, வளைந்து நெளிந்த படியே நான்காம் தளத்தில் இருக்கும் அவர்களின் அறைக்கு சென்றான்.

சென்னை வாழ் பேச்சுலர்கள் தங்குவதற்கு என்றே பிரத்யேகமாக அமைக்கப்பட்ட மொட்டை மாடி வீடுகளை போலத்தான் அதுவும் ஒரு மூலையில் நின்றிருந்தது. ஆனால் இது புதிதாக முளைத்த கட்டிடம் என்பதால் வீடு ஓரளவிற்கு நன்றாக இருந்தது.

அதைவிட மற்ற வீடுகளை போல் பத்துக்குப் பத்து என்ற அளவில் இல்லாமல், ஐந்து பேரும் தாராளமாய் தங்கும் அளவிற்கு போதுமான இடவசதியோடு இருந்தது. ஆதலால் ஒரே ஊரைச் சேர்ந்த இவர்கள் ஐவரும் இதையே தங்களின் தற்காலிக வசிப்பிடமாக தேர்ந்தெடுத்துக் கொண்டனர்.

உள்ளே நுழைந்தவன் கண்ணிற்கு ஒரு புறம் கையில் மடி கணினியில் வேலை செய்து கொண்டு இருக்கும் ரிஷியும், சோபாவில் அமர்ந்து அதி தீவிரமாய் "கேன்டி கிரஷ்" விளையாடி கொண்டிருக்கும் ராமும் தென்பட்டனர்.

உள்ளே நுழைந்தவன், முதலில் கேக்கை பிரிட்ஜ்ஜில் காய்கறிகளுக்கு பின்னால் மறைவாக இருக்கும்படி ஒளித்து வைத்து விட்டு, முகம் கை கால் கழுவி உடைமாற்றி வந்தான்.

தான் வந்து சோபாவில் அமர்ந்த பிறகும், ஒரு ஹாய் ஹலோ சொல்லாமல் கைப்பேசியையே கண்ணாய் பார்த்து கொண்டு இருக்கும் ராமின்னை முதுகில் சுளீரென்று ஒரு அடி போட்டான் ராகுல்.

ராம், "அம்மா•••" என்று அலறிய நொடியில்,

அவன் கையில் இருக்கும் கை பேசியை பிடுங்கி தூக்கி பிடித்தவாறே, "ஏன்டா, எருமமாடு வயசு ஆகுது••• இன்னும் குழந்தைங்க விளையாடுற இந்த கேன்டி கிரஷ்ஷ போய் விளையாடிக்கிட்டு இருக்க?" என்றான் ராகுல்.

"டேய் டேய், கடைசி லெவல் வந்துட்டேன்டா, இத மட்டும் விளையாடிட்டு குடுத்துடுறேன்டா... அநியாயமா என்ன அவுட்டாக்கி விட்றாதடா பாவி..." என்று உயிருக்கு போராடும் மீன் குட்டியைப் போல துள்ளித்தாவி கெஞ்சினான் ராம்.

அவனை அற்பமாய் பார்த்த ராகுல், "ஏன்டா நீ மட்டும் எப்பவும் இப்டி வித்-யாசமா இருக்க? ஆமா உன்னை நைட்டு பூஜைக்கி சரக்கு வாங்க சொன்னேனே, வாங்குனியாடா?" என்றான் ராகுல்.

"ஹான்... அதெல்லாம் அப்பவே வாங்கி பிரிட்ஜ்ல வெச்சிட்டேன். வேணும்னா போய் செக் பண்ணிக்கோ, போ" என்ற ராம், எம்பி குதித்து ராகுலின் கையில் இருந்த தன் போனை பிடுங்கினான்.

நல்ல வேளையாக அது இன்னமும் உயிர்ப்போடு இருக்க, வேகவேகமாய் தன் மீதி விளையாட்டை விளையாட ஆரம்பித்தான்.

"அது எப்படிடா சைத்தானே சாத்தியமாகும்? நீதான் சரியான பயந்தாகொள்-ளியாச்சே. இருட்ட ஆரம்பிச்சாலே ரூம்ம விட்டு வெளிய போக மாட்டியே, நீ எப்படி போய் வாங்கிட்டு வந்த?" என்று ராம்மை சந்தேகமாய் பார்த்தான் ராகுல்.

ரிஷி, "அவன் எங்க போனான்? நான் தான் போய் வாங்கிட்டு வந்தேன். நாயி... பயமா இருக்கு, இருட்டா இருக்குனு திணுசு திணுசா கதை சொல்லு-றான்" என்றான் மடிக்கணினியிலேயே தன் பார்வையை பதித்தபடி.

"ரைட்டு, அதோட சேர்த்து பலூன், பிளாஸ்டர் அப்புறம் மத்த சாமானெல்லாம் வங்கிட்டயா ரிஷி?"

"ஏய் நான் என்ன இவனைப் போல ஸ்கூல் பையனா? ஒவ்வொண்ணையும் டீச்சர் சொல்லி சொல்லி செய்றதுக்கு. நீ சொல்லாமலேயே எல்லாத்தையும் எப்-பவோ வாங்கி, எவன் கண்ணுக்கும் தெரியாத இடத்துல ஒளிச்சு வச்சாச்சு.

பிரியாணி, பிரைட் ரைஸ், சிக்கன் ரோஸ்ட் இதெல்லாம் சூடா வாங்கினாத்-தான் நல்லா இருக்கும்னு அதுமட்டும் நான் வாங்கல. அதுக்கும் இப்ப விஷ்வா போயிருக்கான், நீ ஓவரா நாட்டாமை பண்ணாம மூடிக்கிட்டு உட்காரு..." என்று பகிரங்கமாய் கேவலப்படுத்தினான்.

ராகுல், "ஓகே.. மேட்டர் ஓவர்.." என்று ஆசுவாசமாய் அமர்கையில், பிறந்த-நாள் கொண்டாடப் போகும் வினய் வந்து விட்டான்.

"வாடா, என்னை இன்னைக்கும் லேட்டா? வரும் போதே பாதி தூக்கத்துல வர்ற?" என்றான் ராகுல்.

"ஆமாடா, அந்த வீணாப் போன மேனேஜரால இவ்ளோ நேரம் ஆகிடுச்சி. மீட்டிங்ன்ற பேர்ல இந்த கணக்கை காமி, அந்த கணக்கை காமினு ஒன்பது மணி வரைக்கும் என்ன உட்கார வெச்சு சாகடிச்சிட்டான்.

இப்போவே தூக்கம் கண்ணைக் கட்டுது, நான் லைட்டா ஒரு குட்டி தூக்கம் போட்டுட்டு வர்றேன். தயவு செஞ்சு டிஸ்டர்ப் பண்ணாதீங்கடா" என்றான் வினய்

அசதி நிறைந்த குரலில்.

ராம், "அப்போ சாப்பாடுடா?" என்றான் வினய்யை பார்த்து.

"அதெல்லாம் அந்த மேனேஜர் செலவுலயே ஆயிடுச்சி. நான் தூங்கப் போறேன்டா, டேய் ரிஷி நீ வந்து படுக்கலயா?" என்றான் ரிஷியை பார்த்து.

இருவரும் ஒரே அறையில் தூங்குவதால் அவனையும் ஒரு வார்த்தை கேட்டு கொண்டான் வினய்...

"இல்லடா மச்சான், இன்னைக்கி எனக்கு கொஞ்சம் வேலை இருக்கு. ஒரு ப்ராஜெக்ட்ல முக்கியமான கோடிங் நான் எழுதினேன்.

அதப் பத்தி முழுசா என் மேனேஜருக்கு சொல்லிட்டுதான் தான் வந்தேன். இப்போ அது சொட்ட, இது நோட்டனு உயிர வாங்குறான் அந்த லூசுப்பய" என்று சலித்தபடியே கூறியவனை பார்த்து சிரித்தான் வினய்.

அதில் கடுப்பான ரிஷி, "என்னடா என்னை பார்த்தா நக்கலா இருக்கா? டேய் ராகுல், நீயும் என்னை மாதிரி ஐடி கம்பெனியில தானே வேலை செய்யுற? என் கஷ்டம் உனக்கு புரியுதுல? அவனுக்கு எடுத்து சொல்லுடா..." என்று நண்பனை உதவிக்கு அழைத்து பார்த்தான்.

சோபாவில் சாய்ந்து விட்டத்தை வெறித்துப் பார்த்துக் கொண்டிருந்த ராகுல், "சொன்னாலும் அவனுக்கு புரியாது மச்சி. வினய் மொபைல் ஷோரூம்ல வேலை செய்யுறான்.

இதோ இந்த நாயி ராம் கார் ஷோரூம்ல, அந்த பீம் பாய் விஷ்வா ஜிம் வச்சி நடத்துறான். இவங்களுக்கு எப்படிடா நம்ம நிலைமைய புரிய வைக்க முடியும்? விட்றா விட்றா டென்ஷன் ஆகாத, காலம் இவர்களுக்கு தக்க பதிலடி கொடுக்-கும்" என்றான் ரிஷியை சமாதானம் படுத்தும் வகையில்.

"பதிலடி?!.. என் மேனேஜரவிடயா உங்க காலம் பதிலடி குடுக்கப்போகுது.. என்னவோ போங்கடா" என்ற வினய் படுக்கை அறைக்கு சென்று விட்டான்.

ரிஷி நேரத்தை வீணாக்க தோன்றாமல் மடிக் கணினியில் மூழ்க, மற்ற இரு-வரும் தத்தமது கைபேசியில் மூழ்கினர்.

சிறிது நேரத்திலேயே சாப்பாடு பொட்டலத்துடன் வந்தான் விஷ்வா...

ராகுல், "வாடா பீம் பாய், ஒரு பார்சல் வாங்க இவ்ளோ நேரமாடா? வினய் ரூம்க்கு வந்து தூங்கவே போய்ட்டான்" என்றான்.

"நான் என்னடா பண்ண? வாரக் கடைசி வந்தாலே எல்லா ஹோட்டல்லையும் செம்ம கூட்டமாயிடுது. நாமதான் பேச்சுலர், விதியேனு ஹோட்டலுக்கு போறோம். குடும்பஸ்தனுங்களுக்கு என்ன வேணுமாம்? நமக்கு மேல க்யூவுல நிக்கிறானுங்க...

இதுல ஸ்விகி ஸொமாட்டோ ஆளுங்க வேற, எனக்கு டைம் ஆச்சு உனக்கு டைம் ஆச்சுனு சத்தம் போடுறானுங்க. அந்த கூட்டத்துல அடிச்சி பிடிச்சி வாங்-கிட்டு வர்றதுக்குள்ள பசியே போயிடுச்சு" என்ற படி பார்ஸலை டேபிள் மேல

வைத்தான்.

ரிஷி, "வினய் தூங்குனதும் நல்லது தான்டா, நாம ரூம் டெகரேஷன் பண்ற வேலைய பார்க்கலாம்" என்றான்.

"கரெக்ட்டா சொன்னடா" என சொல்லுக் கொண்டே ராகுலை இடித்த படி அமர்ந்த விஷ்வா, அப்போதும் அவனை அடிக்க மறக்க வில்லை.

ராகுல், "டேய்... தாடி மாட்டு கொரங்கே, சின்ன பசங்களேனு பாவப்படாம, இப்டி எங்கள நசுக்கிகிட்டு உக்காருறியேடா?"

ராம், "உனக்கும் இந்த ரிஷிக்கும் இதே வேலையா போச்சு. எங்கள பொசுக்கு பொசுக்குனு அடிக்கறதே பொழப்ப வெச்சி இருக்கீங்க.." என வாய்விட்டு கதறி-னான்.

"ரொம்ப சாலிச்சுக்காதடா, எதோ பாசத்துல சும்மா ரெண்டு தட்டு தட்டிட்-டேன், அதுக்கு ரொம்ப தான் பண்றே" என்றான் விஷ்வா சமாதானம் செய்யும் விதமாக.

"என்னாது தட்டுனியா? போட இவனே. நீ இப்படியே பண்ணிக்கிட்டு இருந்த, நான் பழிவாங்க கிளம்பிடுவேன்..."

விஷ்வா, "என்னாது? பழிவாங்க போறியா?"

ராகுல், "ஆமா... கிச்சன்ல தோசை மாவு புளிச்சி கெட்டுப் போய் கெடக்கு. இந்த ரிஷிட்ட நேத்தே அத வெளியில ஊத்த சொன்னேன், ஆனா இந்த பன்-னாட அத இன்னும் வெளிய ஊத்தல.

அத உன் தலையில ஊத்தி அபிஷேகம் பண்ணிடுவேன் பார்த்துக்கோ" என்று கிட்டத்தட்ட மிரட்டினான்.

விஷ்வாவிற்கு சிங்கம் புலி கூட அசால்ட்டு, ஆனால் இந்த கெட்டு போன மாவு, பாழாய்ப்போன உணவுப் பொருட்கள், புழு வைத்த காய்கறிகள் இதெல்லாம் அல்லுவிடும்.

மாவின் கெட்டுப்போன வாடையும், புளித்து திரண்டு நிற்கும் தோற்றமும் விஷ்வாவிற்கு சுத்தமாக பிடிக்காது. எக்காரணம் கொண்டும் அவற்றை தன் கையால் தொடவே மாட்டான்.

அது தெரிந்ததால்தான் ராகுல் தைரியமாக விஷ்வாவை அதைச் சொல்லி மிரட்டுகிறான்...

ராம், "விட்றா விட்றா, என்ன இருந்தாலும் அவன் நம்ம பய... எதுக்கு இப்போ ரெண்டு பேரும் டென்ஷன் ஆகுறீங்க? வாங்க சாப்பிடலாம், சிக்கன் சூடு ஆறிட போகுது" என பேச்சின் திசையை மாற்றினான்...

ராகுலின் வார்த்தைகளால் சற்று பயந்து இருந்த விஷ்வா, "சரி, நீ சொல்றி-யேனு கேக்குறேன் ராம்" என்றான் தன் மீசையில் மண் ஒட்டாததைப்போல.

ராகுல் மாவைப் பற்றி பேசியதுமே, அதை நினைத்த விஷ்வாவிற்கு உடலெல்-லாம் கூசியது என்பது தான் உண்மை. ஆனால் தன் தோற்றத்திற்கு ஏற்ற கெத்தை எக்காரணம் கொண்டும் விட்டு விடக்கூடாது என்று பிள்ளை ஃபிலிம் காட்டிக் கொண்டாருந்தது.

ரிஷி கெஞ்சும் குரலில், "இருங்கடா, ரூம் டெகரேட் பண்ற வேலைய முதல்ல பண்ணிடுவோம். அதுக்கு அப்றம் சாப்பிடலாம், நான் சாப்பிட்டுட்டா அதுக்கு அப்புறம் என்னால வேலை செய்ய முடியாது. தூக்கம் தூக்கமா வரும், ப்ளீஸ்டா..." என்றான்.

மற்றவர்களும் அதுதான் சரி என்று ஆமோதிக்க, நால்வரும் அறையை அலங்காரம் செய்யும் பணியை துரிதமாய் ஆரம்பித்தனர்.

ரிஷியும், ராகுலும் பலூன் பாக்கெட்டுகளை கையில் எடுக்க விஷ்வா, "டேய் ராம், வெளிய துடைப்பம் இருக்கு, அதைக் கொஞ்சம் கொண்டு வாயேன். இவனுங்க பலூன் ஊதி முடிக்கிறதுக்குள்ள, நான் ரூம் முழுக்க ஓட்டடை அடிச்சு கிளீன் பண்ணிடுவேன். இவனுங்க பலூன் ஒட்டுற நேரத்துல தரையையும் கூட்டி விட்டுடுவேன்" என்றான்.

ராம், "என்னாது? இந்த இருட்டுல, நான் தனியா வெளிய போகணுமா? போடா டேய், நான் போக மாட்டேன். பேய் பிசாசுன்னு எதாவது வந்துட்டா?!" என்று உண்மையாகவே பயந்து நடுங்கி வெளியே செல்ல மறுத்தான்.

ராகுல், "ஆரம்பிச்சுட்டான்டா இவன்... டேய் தங்கம், உனக்கு எருமமாடு வயசாகுது. இவன் லட்சணம் தெரியாம, தொரைக்கு கல்யாணம் பண்ணி வைக்க வீட்ல பொண்ணு பாக்குறாங்களாம்.

இவன் என்னடான்னா இருட்டுல போக பயந்து அழுறான். நீ எப்டிடா நாளைக்கு குடும்பம் நடத்தப் போற?" என்று தலையில் அடித்து கொண்டு கூறி-னான்.

அப்போதும் ஒரு அடி கூட நகராமல் ஆணி அடித்ததுபோல் அதே இடத்தில் நின்று கொண்டு, "டேய் அது கல்யாணம், வேற டிபார்ட்மென்ட்... இது இருட்டு, இது வேற டிபார்ட்மென்ட்... நீ ஏன் ரெண்டையும் ஒன்னு சேர்த்து பேசுற?" என்-றான் ராம்.

விஷ்வா, "விடுடா, அவனுக்குத்தான் சின்ன வயசுல இருந்தே பேய் பயம் அதிகம் இருக்கும்னு நமக்கு தெரியும்ல. நீயே போய் கொண்டு வந்துடு" என்றான் ராமிற்கு சாதகமாய்.

ராகுல், "இவன மாதிரி ஆளுங்க இருக்கறதாலதான், நம்ம நாட்டுல போலிச் சாமியார் கூட்டம் அதிகம் ஆகிடுச்சு. இன்னிக்கி கூட ஒரு புது சாமியார் நம்ம ஊர்ல முளைச்சு இருக்காரு...

பேரு யோகி பாபாவாம், அவர்தான் கலியுகக் கடவுளாம். கொலைகள் நடக்-காம நம்மள காப்பாத்த அவதரிச்சாராம். இங்க பாருங்க" என்றவன், தான் வரும் வழியில் எடுத்த போட்டோ விளம்பரத்தை நண்பர்களுக்கும் காட்டினான்.

செய்து கொண்டிருந்த வேலையை விட்டு விட்டு மற்றவர்களும், ராகுல் காட்-டும் அந்த விளம்பரத்தை பார்க்க வந்தனர்.

ரிஷி, "என்னடா இது? கடைசியில இவனுங்க பேய் பிசாசு விரட்டப்படும்ணு கடை போட்டுட்டானுங்க. எப்படியும் போலீஸால கண்டு புடிக்க முடியாது, அதுக்கு நடுவுல நாம நாலு காசு பாத்துடுனும்ணு முயற்சி பண்ணுறாகளா?" என்றான் வெறுப்புடன்.

விஷ்வா, "டேய், எதுவும் உறுதியா தெரியாம நீ ஏன் அப்டி பேசுற? நிஜமாவே இது ஏன் ஒரு பேயோட வேலையா இருக்க கூடாது? நடந்து முடிஞ்ச அத்தனை கொலை சம்பவத்தையும் எல்லாம் நல்லா கவனிச்சி பாருங்களேன்.

அந்த வீடுகளுக்குள்ள யாரும் போகவும் இல்லை வரவும் இல்லை. அப்டி இருக்கும் போது, எப்படிடா ஒரே மாதிரி எல்லா இடத்துலயும் கொலை நடக்கும். உங்களுக்கு இருக்கிற இத்துனூரண்டு மூளையை கசக்கி கொஞ்சமாச்சும் யோசிங்-கடா" என்றான் சற்று சீரியஸாக.

"ஆமாடா, எனக்கும் அப்படித்தான் இருக்கும்ணு தோணுது. சிலர் சொல்ற மாதிரி கெமிக்கல் கலந்த பொருளால சாவுராங்கன்ற கான்செப்ட்லயும், முன்னோர்-கள் நமக்கு சாபம் குடுத்துட்டாங்கன்னு சொல்லுற விஷயத்துலயும் ஒரு குறிப்பிட்ட இடத்துல வாழ்ற மக்கள் மட்டுமே பாதிக்கப் படணும்.

ஆனா இப்ப எல்லா இடத்துலயும் வரைமுறை இல்லாம இப்டி கொலை நடக்-குதே. இது கண்டிப்பா கையோட வேலையா தான் இருக்கும்" என்றான் ராம் இல்லாத தன் மூளையை கசக்கி பிழுந்து.

ராகுல், "டேய் சும்மா எதையாவது சொல்லனும்ணு சொல்லிக்கிட்டு இருக்கா-தீங்கடா" என்றான்.

விஷ்வா, "அப்புறம் எதுக்குடா சொந்த புள்ளைங்களையும், பெத்த அம்மா அப்பாவையும் வெட்டிக்கிட்டு குத்திக்கிட்டு சாகப் போறானுங்க?"

அந்த கூட்டத்தில் கொஞ்சம் அறிவுள்ளவனான ரிஷி, "அதுக்கு காரணம் பேயும் இல்ல, பிசாசும் இல்ல. இது ஒரு மாதிரி 'ஹிப்நோடைஸ்' பண்ணுறதுனு சொல்லுவாங்க இல்ல. அப்டித்தான் எதோ நடக்குதுன்னு எனக்கு சந்தேகம்டா.

ஏன்னா அவங்க வீட்டுல இருக்குற ஆளுங்களத் தவிர வேற எந்த பிங்கர் மார்க்கும் அவங்கவங்க வீட்ல கிடைக்கல. ஸோ செத்தவங்க அத்தனை பேரும் சுய நினைவே இல்லாம ஒருத்தரை ஒருத்தர் குத்திக்கிட்டு செத்திருக்காங்க.

ஏதோ ஒரு விதத்துல எல்லாரும் ஹிப்நோடைஸ் ஆகியிருக்காங்க. அது எதுனு கண்டுபிடிச்சா கேஸ் ஓவர்..." என்றான்.

ராகுல், "இதுல இன்னொரு காமெடி என்ன தெரியுமா, எங்க ஆபீஸ்ல அருள்னு ஒருத்தன் இருக்கான்ல. அவன் ஒரு மேட்டர் சொன்னான்...

மற்ற மூவரும் கோரஸ்ஸாக, "என்ன?..." என்றார்கள்.

"இன்னிக்கி மதியம் நாங்க சாப்பிடும் போது யதேட்சையா இதை பத்தி பேசிக்கிட்டு இருந்தோம். அப்ப அவன் நம்ப வீட்டுக்கு அந்த பேய் வர போகுதுனு சொன்னான்டா.

'டிமான்டி காலனி' படத்துல வர்ற மாதிரி நாமளும் கதற போறோமாம். இப்டி எல்லாம் சாபம் விடுறான்டா அந்த பாவி" என்றான் சிரித்துக் கொண்டே...

ரிஷி, "நீ மட்டும்தான் லூசுனு நினைச்சேன். உன் ஆபீஸ்ல இருக்கிற அத்தனை பேரும் லூசு தானடா? இவ்ளோ படிச்சும் பேய், பிசாசுன்னு பேசிகிட்டு இருக்கீங்களே?" என்று கூறியதும் மொத்த கூட்டமும் ராகுலைப் பார்த்து கேவலமாய் சிரித்தது.

இவன் அவனை கேவலப்படுத்த அவன் அதற்கடுத்து இருந்தவனை கேவலப்படுத்த, என்று அவர்களின் விளையாட்டு தொடர்ந்து கொண்டே இருந்தது.

இவர்களின் இந்த எல்லையற்ற வாதத்தை உதட்டில் புன்முறுவலுடன் ரசித்துக் கொண்டிருந்தது ஒரு உருவம்...

இவர்களுக்கு பின்னால் இருக்கும் ஜன்னல் வழியே அவர்களையே பார்த்து கொண்டிருந்த அந்த கருப்பு உருவம், "பேசுங்கடா பேசுங்க. கடைசியா சந்தோசமா பேசிக்கோங்க.." என்ற படி அந்த நால்வரையே பார்த்து சிரித்துக் கொண்டிருந்தது.

அதை அறியாத இந்த நால்வரும், துடுக்குத்தனத்தோடு படு மும்முரமாக பேயைப் பற்றியே பேசிக் கொண்டு சென்றனர்...

4

வினய்யின் பிறந்த நாளுக்கான அனைத்து அலங்கார வேலைகளும் முடிந்து விட அடுத்து என்ன என்பதை போல் யோசிக்க ஆரம்பித்தனர் நால்வரும். மணி பதி-னொன்றை நெருங்குவதால் முதலில் சாப்பிடுவதே சாலச்சிறந்தது என்று ஒருமன-தாக முடிவெடுக்கப்பட்டது.

ஆளுக்கொரு பொட்டலத்தை பிரிக்க ரிஷியும், ராமும் பிரியாணி பொட்ட-லத்தை எடுத்து கொண்டனர்.

ராகுல், "நான் மதியம் பிரியாணிதான்பா சாப்டேன். எனக்கு பிரைட் ரைஸ் வேணும்" என்று அதை எடுத்து கொண்டான்.

விஷ்வாவிற்கு எது இருக்கிறதோ அதை உண்டு பழக்கம். ஆதலால் அனை-வரும் எடுத்தது போக மீதமிருந்த இரண்டு ப்ரைடு ரெஸில் ஒன்றை எடுத்துக் கொண்டு அமர்ந்தான்.

ராகுல், "டேய் ரொம்ப சாப்பிட்டு மட்டையாகிடாதீங்கடா. நாம ராத்திரி பன்-னிரெண்டு மணி வரைக்கும் முழிச்சு இருக்கனும். அதனால இப்போ கொஞ்சமா சாப்புட்டு மீதிய அப்புறமா சாப்பிட எடுத்து வச்சிடலாம்.

வினய்க்கு கேக் வெட்டிட்டு, நாம எல்லாரும் ஒண்ணா சேர்ந்து சாப்பிட-லாம்டா. எப்பிடியும் சரக்கு அடிச்சா ரொம்ப பசிக்கும், நாளைக்கி சன்டே வேற, சோ மெதுவா தூங்கி எந்திச்சுக்குவோம்டா" என்றான்.

'அதுவும் சரி தான்...' என்று அனைவரும் ஒரு மனதாய் தலையாட்ட, தற்-போதைக்கு பாதி உணவை மட்டும் சாப்பிட்டனர்.

"டேய் டிவில ஏதாச்சும் போடுங்கடா. உங்க மூஞ்சிகளையே பார்த்துகிட்டு சாப்பிட்டா எனக்கு தின்னது செமிக்காது" என்றான் ராம்.

ராகுல், "ஹைேயா பார்ரா. நம்ம மூஞ்சி வேண்டாமாம்... ஏன்டா, உனக்கு சாப்பாடு செமிக்க நஸ்ரியாவையும், நயந்தாராவையும் கூட்டிகிட்டு வந்து டான்ஸ் ஆட விடணுமாக்கும். இருட்டுக்கு பயப்படுற உனக்கெல்லாம், நாங்க சோறு போடுறதே பெருசுடா.." என்று ராமின் பின்னந் தலையில் தட்டினான்.

அத்தனை அசிங்கத்திற்கு பிறகும், அதனால் தனக்கு சிறிதும் அவமானம் ஏற்-படவில்லை என்பதைப் போல, "கூப்பிடுறதுதான் கூப்பிடுற, கூடவே கேத்ரினா-வையும் சேர்த்து கூட்டிக்கிட்டு வாடா" என்றான் ராம்.

அவர்கள் வாக்குவாதத்தால் கடுப்பான விஷ்வா, "மூடிக்கிட்டு தின்னுங்கடா. இல்ல உங்களோடதையும் சேர்த்து நானே சாப்பிட்டுடுவேன். ஏற்கனவே இந்த அரைச்சாப்பாடு எனக்கு பத்தாதுன்னு வேற கவலையா இருக்கு…" என்று மிரட்-டும் தொனியில் எச்சரித்தான்.

ராம், "நீ செஞ்சாலும் செய்வ, ஆள விடுடா பீம் பாய்" என்று புலம்பியபடி அவனே எழுந்து டிவியை போட்டு விட்டு வந்து அமர்ந்தான்.

டிவியில் எந்த சேனலை வைத்தாலும், அந்த கொலைகளை பற்றியே பேச்சு போய்க்கொண்டு இருந்தது.

அதிலும் ஒரு பிரபல நியூஸ் சேனலில், "தொடர்ந்து நடக்கும் மர்ம கொலை-கள்! செய்வது பேயா? இல்லை ஊரை ஏமாற்றும் போலி ஆசாமியா? வாட்ச் ஆப்டர் தி பிரேக்" என்று ஓடி கொண்டு இருந்தது.

"அடச்சீ, இதுக்கு நாம டிவி போடாமலே சாப்பிட்டு இருக்கலாம் போலயே" என வாய்விட்டு புலம்பினான் ரிஷி.

ராகுல், "அந்த கொலைகாரன் மட்டும் என் கைல கிடைக்கணும், அவனை வெட்டி பொதைச்சிட்டு தான்டா எனக்கு அடுத்த வேலையே…" என்று ஏகத்திற்-கும் சலித்துக் கொண்டான்.

இவை அனைத்தையும் ஜன்னலுக்கு வெளிப்புறமாக நின்று கேட்டு கொண்டி-ருந்த அந்த கருப்பு உருவமோ, 'கொன்னு பொதச்சதாலதான்டா நான் கொலை-காரனவே ஆனேன்' எனும் மர்ம சிரிப்போடு இவர்களை கண்காணித்து கொண்டு இருந்தது.

விடாமல் தொடர்ந்த ராகுல், "என் மொத்த நிம்மதியையும் கெடுத்துட்டானுங்க. எங்க பாத்தாலும் பேய் வந்திருக்கு, பிசாசு வந்திருக்குன்னு பைத்தியக்காரத்தனமா எல்லாரும் பேசிட்டு இருக்காங்க. நம்ம நாட்ல பேசுறதுக்கு வேற விஷயமே இல்-லையா?"

ரிஷி, "இந்த நியூஸ் சேனலுக்கு வேற வேலை? எது ட்ரென்டுல நம்பர் ஒண்ணா இருக்கோ, அதை அக்கு வேற ஆணி வேறயா பிரிச்சு மேய்வானுங்க."

ராகுல், "அதுக்குனு ஒரு நியாயம் தர்மம் வேண்டாமா? இதெல்லாம் பண்ணு-றது இல்லுமினாட்டிகள். இவனுங்க பேய் பிசாசுன்னு எதையாச்சு கிளப்பி விட்டு-கிட்டு இருக்கானுங்க. கடுப்பு கூந்தலா இருக்கு மச்சான்" என்றான் உணவருந்திய படியே.

விஷ்வா, "இவன் ஒருத்தன்டா. எங்க எது நடந்தாலும் இல்லுமினாட்டி தான் காரணம்னு சொல்லிக்கிட்டு இருக்கான். இன்னும் கொஞ்சம் போனா இதோ நாம

சிக்கன் சாப்பிடுறது, இதோ இந்த ராம் பேய்க்கு பயப்படுறது இதெல்லாமே இல்-
லுமினாட்டியோட வேலைனு சொல்லிடுவான் போல..."

ராம், "டேய், பேச்சை குறைச்சுட்டு சாப்புடுங்க டா. பெர்த் டே பாய் எழுந்து
வந்திடப்போறான்..." என்றதும், அனைவரும் சாப்பாட்டில் மும்மரமானார்கள்.

பாதி உணவை சாப்பிட்டு விட்டு, மீதியை பத்திரமாய் பொட்டலம் கட்டி எடுத்து
வைத்தனர். உணவு உண்ட இடத்தை அழகாய் சுத்தம் செய்து விட்டு, அடுத்த
கட்ட வேலைக்கு தயாரானது நம் கூட்டம்.

வாலிப வயதில் இருக்கும் ஆண் பிள்ளைகளாதலால், ஆளுக்கு ஒரு வேலை-
யைச் செய்ய கடகடவென முடிந்தது அனைத்து வேலைகளும்.

ராம், "பார்ட்டிக்கு தேவையான எல்லா வேலையையும் முடிச்சாச்சு, சாப்பிடவும்
செஞ்சாச்சு... இப்போ என்னடா பண்ணுறது? இன்னும் ஒரு மணிநேரத்துக்கு நாம
முழிச்சி இருக்கணும், தூங்காம இருக்க என்னடா செய்யலாம்?" என்றதும், அது
ஏதோ உலக பிரச்சனை போல யோசித்து கொண்டு இருந்தனர் மற்ற மூவரும்.

"டேய் பேசாம அந்த பீர்ல ஒண்ண எடுத்து குடிக்கலாமா?" என்றான் ராகுல்
மிக ஆர்வமாக.

"டேய், அது பர்த்டே பாய்க்காகடா. நீ குடிச்சி மட்டை ஆகுறதுக்கு இல்ல"
என கடுகடுதான் ரிஷி.

"அப்புறம் எப்டிடா ஒரு மணி நேரம் தூங்காம உட்கார்ந்திருக்கிறது? அட்லீஸ்ட்
சின்சானாவது பார்ப்போமா?" என்றான் ராகுல் அதே உற்சாகத்தில்.

இவர்கள் ஐவருக்கும் எந்த விஷயத்தில் ஒத்துப் போகிறதோ இல்லையோ,
இந்த சின்சான் விஷயத்திலும் சிக்கன் சாப்பிடுவதிலும் நன்றாகவே ஒத்து போகும்.

ராகுல் கூறிய யோசனையையே அனைவரும் வழி மொழிய, அடுத்த நொடியே
அவர்களுக்கு பிடித்த ஹங்காமா சேனலுக்கு தாவினான் ரிஷி.

அனைவரும் அதில் மூழ்க ஆரம்பித்த அந்நேரம், "டேய் மச்சான், யாராவது
பாத்ரூம் வரைக்கும் வாங்கடா. எனக்கு அவசரமா ச்சுச்சு வருது" என்றான் ராம்.

"டேய், கொன்னுடுவேன்டா உன்னை. நாளைக்கு கல்யாணம் ஆனா பிறகும்
இப்டி தான் பொண்டாட்டியை துணைக்கு கூப்பிடுவியா?" என பொறிந்து தள்ளி-
னான் ரிஷி.

ராம் கெஞ்சும் குரலில், "நான் என்னடா செய்ய? நான் பாட்டுக்கு சிவனேனு
சும்மா தான் இருந்தேன். எனக்கு பேய்னா பயம்னு தெரிஞ்சே நீங்க மூணு பேரும்-
தான் பேய் பிசாசுன்னு தேவையில்லாத்த பேசி என்னை பயமுறுத்தினீங்க.

இப்போ ஒரு அப்பாவி புள்ள பயந்து துணைக்கு ஆள் கேக்குதே, ஐயோ
பாவம்னு இரக்கப்படாம வாய்க்கு வந்தபடி திட்டுறீங்களேடா. என்னடா நெனச்சுக்-
கிட்டு இருக்கீங்க நீங்க? தயவு செஞ்சு எவனாச்சும் எந்திரிச்சு வாங்கடா, எனக்கு
முட்டிக்கிட்டு நிக்கிது" என்றான் அப்பாவியாய்.

ராகுல் நக்கலாக, "ஆமா இவரு பெரிய ராகவா லாரன்ஸ். இவரு பாத்ரூம் போன உடனே, காஞ்சனா படத்துல வர்றது போல இவர் உடம்புக்குள்ள பேய் புகுந்துடும் பாரு" என்றான்.

இது அனைத்தையும் கேட்டு கொண்டு இருந்த அந்த கருப்பு உருவம், "இந்த ஐடியாக் கூட நல்லா இருக்கே, இவனுங்க சாகுறதுக்கு இவனுங்களே ஐடியா தர்றாங்க! முட்டாப் பசங்க" என்று முணுமுணுத்த படி பாத்ரூமிற்குள் செல்ல தயாரானது.

ஹாலில் ரிஷி, "அதான் அவன் பயப்படுறான்ல, டேய் ராகுல் நீ போடா அவன் கூட" என்றான்.

ராகுல் முடியாது என்று முரண்டு செய்ய ரிஷியே, "சரி வாடா.. நானே துணைக்கி வந்து தொலைக்கிறேன்" என்று அவன் கையை பிடித்து அழைத்து சென்றான்.

ராம் பாத்ரூமிற்குள் சென்ற அடுத்த நொடி அறையில் 'சின்சான்' ஆரம்பித்து விட்டது.

'அமைதி... அமைதி... அமைதிக்கெல்லாம் அமைதி...' என்று தனக்கே உரிய தனித்தன்மையோடு சின்சான் உரையாடினான்.

தனக்கு பிடித்த எபிசோட் மிஸ் ஆகிவிடும் என்பதற்காக, ராமை மறந்து அறைக்கு ஓடி வந்து விட்டான் ரிஷி.

இதை கவனித்து கொண்டு இருந்த அந்த கருப்பு உருவம், பாத்ரூம் கதவை வெளிப்புறமாக தாளிட்டுவிட்டு, ராமின் உருவத்தில் ஹாலுக்குச் சென்றது.

இது எப்போதும் இவர்களுக்குள் நிகழும் ஒன்று..

ராம் ஒரு செயலை ஆரம்பிக்கும் வரையில், 'உனக்கு நான் துணைக்கு இருக்கின்றேன்!' என்று கூறிவிட்டு, அவன் அந்த செயலை ஆரம்பித்ததும் நடு ஆற்றலையே விட்டுவிட்டு திரும்பி வந்து விடுவார்கள்.

சின்சான் வெகு சுவாரசியமாக சென்று கொண்டிருந்ததால், பாத்ரூமிலிருந்து ஹாலுக்கு வந்த ராமின் முகத்தில் குடி கொண்டிருந்த இறுக்கத்தை, யாரும் அப்போது கவனிக்கவில்லை. வந்தவன் காரணமே இல்லாமல் ரிஷிக்கும் விஷ்வாவிற்கு நடுவில் தான் அமருவேன் என்று அடம் பிடித்தான்.

அவன் சேட்டை சோபாவில் அமர்ந்திருக்கும் ராகுலுக்கு இடைஞ்சலாய் இருக்க, "ஆமாம் இவனுங்க ரெண்டு பேரும் மன்மதனுங்க, இவரு ரதிதேவி, அவுங்களுக்கு நடுவுலதான் தான் உக்காருவாரு.. இருக்குற இடத்துல உக்காருடா வெண்ண" என்று நக்கலடிக்கத்தான்.

"அதெல்லாம் கிடையாது, நான் நடுவுலதான் உக்காருவேன்" என்றான் ராம்.

வேறு வழி இல்லாத ரிஷி நகரந்து உட்கார, இருவருக்கும் இடையில் இருந்த இடைவெளியில் இடித்துக் கொண்டு அமர்ந்தான். ராம் உருவத்தில் இருந்த கறுப்பு

உருவத்தின் ஆர்வம் கொஞ்சம் கொஞ்சமாக சின்-சான் பக்கம் திரும்பிற்று.

தலையை குலுக்கி தன்னிலை அடைந்த அது, "இவனுங்கள கொலை பண்-ணலாம்ன்னு நெனச்சி நாம இங்க வந்தா, இவனுங்க நம்மளையும் சின்சான் பாக்க வெக்குறானுகளே?

இப்படியே உட்கார்ந்திருந்தா வேலைக்கு ஆகாது, எதையாவது பேசி இவனுங்-களுக்குள்ள சண்டைய உண்டாக்கி, அத்தனை பேரையும் காலா காலத்துல போட்டு தள்ளிட்டு அடுத்த வீட்டுக்கு போகணும்" என முடிவெடுத்தது.

"மச்சா, சாப்பிடும் போது இல்லுமினாட்டி பத்தி என்ன சொன்ன நீ. உண்மை-யிலயே அவங்க தான் நம்ம நாட்டுல நடக்குற அத்தனை கொலைக்கும் கார-ணமா?" என்று மெதுவாய் முடிந்த விஷயத்தை ஆரம்பித்து வைத்தது.

"ஆமாடா. நான் இப்பவும் சொல்லுவேன், இதெல்லாம் இல்லுமினாட்டிகளோட வேலை தான். இது இந்த தடி மாடு விஷ்வாக்கு தான் வெளங்க மாட்டிங்குது. நல்லா உடம்பை வாட்ட சாட்டமா வளர்த்து வச்சி இருக்கானே தவிர, அந்த உடம்புல கால் கிராம் மூளைகூட கிடையாது.."

"ஆமாம்டா எனக்குத் தான் மூளை இல்ல. உன் கிட்ட டன் டன்னா கொட்டி கெடக்காமே. கொஞ்சம் கழட்டி குடு, மண்டையில மாட்டிக்கிறேன்.

உன்னை பொறுத்த வரை, உலகத்துல எது நடந்தாலும் அதற்கு காரணம் இலுமினாட்டி தான். விட்டா இதோ இந்த ராம் இப்போ சுச்சு போனதும் இல்லு-மினாட்டி வேலைதான்னு சொல்லுவ.

அதுக்கு அப்றம் நம்ப ரெண்டு பேருக்கும் நடுவுல தான் உக்காரணும்ன்னு அடம் பிடிச்சானே அதுவும் இலுமினாட்டி வேலைன்னு தான் சொல்லுவ, அடுத்து எது நடந்தாலும் அதுக்கு காரணமும் இலுமினாட்டினுதான் சொல்லப்போற.

நாங்களும் ஆமாங்க சாமினு மண்டையை ஆட்டினா அறிவாளிங்க, இல்லனா மண்டையில மசாலா இல்லாதவனுங்க, அதானடா?" என கொதித்தெழுந்தான் விஷ்வா.

இவனின் வார்த்தைகள் ராகுலுக்கு அதிக பட்ச கோவத்தை உண்டு பண்ணி-யது. விஷ்வாவை அடிக்கலாம் என்று ஒரு நிமிஷம் உள்ளத்துக்குள் உருவான யோசனையை அப்படியே அவன் ஓரம் கட்டி விட்டான்.

'ஆளும் சைஸும் அண்டா தண்டிக்கு இருக்கு. இவன் கிட்ட மோதுறதும் சுவத்துல முட்டிக்கிறதும் ஒண்ணு. ரெண்டுலயும் சேதாரம் நமக்குத்தான். அவன் சும்மா நாலு தட்டு தட்டினாலே நம்ம எலும்பு உடைஞ்சிடும். இதுல கோவத்துல அடிச்சான்னா நாம செத்தோம்' என்றவனின் பார்வை ராமின் மேல் விழுந்தது.

'இந்த நாயால தான் இவ்வளவும். நான் பாட்டுக்கு சத்தமில்லாம சின்சான் பார்த்துகிட்டு இருந்தேன். தேவையில்லாம என்னை இலுமினாட்டி பத்தி பேச வச்சி, இந்த தடியன் கையால அடிவாங்கி சாக வச்சிருப்பான்' என்று அவன்

சிந்தனை முழுவதும் ராமை சுற்றியே வட்டம் அடிக்க ஆரம்பித்தது.

ராம், "ஏன்டா என்னை இப்டி பாக்குற?"

"உன்னாலதான அந்த மலைமாடு என்ன கேவலப்படுத்துச்சு..."

"அதுக்கு?..."

"அதுக்கு நீதான் அனுபவிக்கனும்.." என்றவன் ராமை குனிய வைத்து கும்-மாங்குத்து குத்திட ஆரம்பித்தான்.

அதைப் பார்த்த விஷ்வாவும் அவனுடன் சேர்ந்து ராமை மொத்தி எடுக்க, இருவரிடமும் மாறி மாறி அடி வாங்கியது ராம் உருவத்திலிருந்த அது..

நடந்த அடிதடியில் ஓரமாய் அமர்ந்திருந்த ரிஷி மூவரையும் பிரித்துவிட, இடையில் வந்ததற்கு தண்டனையாய் அவனுக்கும் தர்ம அடி விழுந்தது. விஷ்-வாவும் ராகுலும் அடித்து ஓய்ந்த பிறகு தத்தமது இடத்தில் சாய்ந்து அமர, அப்-போதுதான் தரையில் விழுந்து கிடந்த ரிஷியை பார்த்தார்கள்.

விஷ்வா, "ஏய், என்னடா இங்க வந்து விழுந்து கெடக்கிற?"

ரிஷி, "அத இப்ப கேளுங்கடா.. மூணு பேரும் அடிச்சுக்கும் போது, ஐயோ பாவம் நண்பர்களாச்சேனு தடுக்க வந்தேன் பாரு... என் புத்தியை செருப்பாலே அடிக்கணும்."

ராகுல், "சண்டைக்கு நடுவுல வந்தியா நீ?"

ரிஷி, "அப்ப எவன் கண்ணுக்குமே நான் தெரியலையாடா?" என்றான் பாவ-மாய்.

விஷ்வா, "தெரியலியேடா.."

ஏற்கனவே வலி தாங்காமல் நெளிந்து கொண்டே எழுந்து நின்ற ரிஷி, "இனிமே உங்களோட குடும்பம் நடத்த என்னால முடியாது டா, நான் பேசாம வினய்க்கூட தூங்கப் போறேன். அவன எழுப்பும் போதே என்னையும் எழுப்புங்க" என்ற படி அவன் உள்ளே செல்ல எத்தனித்தான்..

விஷ்வாவும் ராகுலும், "டேய்.. இதெல்லாம் ஒரு பிரச்சனையாடா? வாடா வாடா" என்று பாசமாய் அழைத்து பார்த்தார்கள்.

"ஆள விடுங்கடா யப்பா, நான் சிவனேன்னு போய் தூங்குறேன்" என்று பெரிய கும்பிடு போட்டுவிட்டு உள்ளறைக்குள் சென்று விட்டான் அவன்.

அவன் உள்ளே செல்லும் போது அங்கு நடப்பவற்றை பார்த்து சிரித்து கொண்டு இருக்கும் ராம்மை இரண்டி அடித்து விட்டுதான் சென்றான் ரிஷி.

அத்தனை அடிகளையும் வாங்கி கொண்டு ராம்மின் உருவத்தில் அமர்ந்திருந்த உருவமோ, "ஏன்டா மனுசங்க நடந்துக்குற மாதிரியாடா நடந்துக்குறீங்க. நான்லாம் எவ்வளவு டெர்ரரான ஆவி தெரியுமாடா?

உலகம் முழுக்க எத்தனை பேரை கதற விட்டு இருப்பேன்? அப்பேற்பட்ட என்னையே இப்படி ஈவு இரக்கமே இல்லாம அடுச்சு கதற விட்டுட்டீங்களேடா...

பிரச்சனை இந்த ரெண்டு தடி மாடுகளுக்கும் தான வந்துச்சு, அதுக்கு ஏன்டா என்னப் போட்டு அடிச்சீங்க?

இப்பவும் பாரு ஒன்னுமே நடக்காத மாதிரி ரெண்டு அரவேக்காடும் சின்சான் பாக்க ஆரம்பிச்சிருச்சு. இன்னொருத்தன் என்னடான்னா என்னவிட கம்மியா அடி வாங்கிட்டு, அசதியா இருக்குன்னு எனக்கு முன்னாடியே இடத்தை காலி பண்-ணிட்டு போறான்.

இருங்கடா டேய்.. இந்த வீணாப் போன ராம் பையனோட உருவத்துல வந்-ததால தானேடா இவ்வளவு அடி அடிச்சீங்க. இனி அந்த பையன் பக்கம் கூட தலை வைக்க மாட்டேன்டா நானு. அடுத்து வரப் போற ரூபத்துல எல்லாரும் செதறி ஓட போறீங்கடா" என்ற படி அது எழுந்து வெளியே சென்று பாத்ரூமில் இருக்கும் ராமை திறந்து விட்டது.

அவன் வெளி வரவும் அது மீண்டும் தன் உருவத்தை மறைத்து விட்டது. தன்னை வேண்டுமென்றே தன் நண்பர்கள் பாத்ரூமில் அடைத்து வைத்து விட்-டதாக நினைத்து, அழுது கொண்டே ஆக்ரோஷமாக வெளி வந்த ராம், நேராக ஹாலுக்கு சென்றான்.

அவன் போவதையே வேடிக்கை பார்த்தபடி நின்றிருந்த அந்த அரூபம், "என்-னோட இந்த அடிக்கெல்லாம் நீ தான்டா காரணம். உன்னையும் உன் ப்ரெண்ட்-ஸையும் பார்த்துக்குறேன்டா நானு..." மைண்ட் வாய்ஸில் சபதம் விட்டுக்கொண்டு இருந்தது.

5

பாத்ரூம் கதவு திறக்கப்பட்டவுடன் கடும் கோபத்தோடு பதறியடித்துக் கொண்டு வெளியே வந்தான் ராம். அரை நொடி விளக்கமாறு எடுக்க வெளியே செல்ல மறுத்தவனை, அந்த கருப்பு உருவம் ஐந்து நிமிடங்களாய் அல்லவா அடைத்து வைத்துவிட்டது? வியர்த்து வழியும் முகத்தோடு விதிர்த்துப் போய் நின்றான் ராம்...

'தன் அறை வாசிகளாகிய அரை வேக்காட்டு பயலுகதான் வேண்டுமென்றே தன்னை பாத்ரூமில் வைத்து பூட்டியிருக்க வேண்டும்...' என்பதை உறுதியாய் நம்பினான் அவன்.

ஆதலால் ஒரு வேகத்தில் ஹாலுக்கு சென்றவனை பார்த்த பேய், "ஆஹா.. பய கோபமா இருக்கான். இவன் போற வேகத்தை பார்த்தா, உள்ள போய் எல்லாரையும் அடிச்சி சண்டை போட்டு நம்மளோட வேலையை சுலபமா ஆரம்பிச்சு வச்சிடுவான் போலயே" என்ற உற்சாகத்தில், அவன் என்ன செய்யப் போகிறான் என்பதைக் காண ஜன்னலுக்கு பின்னால் சென்று நின்று கொண்டது.

உள்ளே வந்தவனின் கண்ணிற்கு, சோபாவில் சாய்ந்த படி சின்சான் பார்த்துக் கொண்டே, இடை விடாது சிரித்த ராகுல் தென்பட்டான். விஷ்வாவும் அங்குதான் அமர்ந்து சின்சான் பார்த்து கொண்டு இருந்தான், ஆனால் அவன் ராகுல் அளவிற்கு அதிகமாக சிரிக்கவில்லை.

"இந்த ராகுல் பயதான் நம்மள பாத்ரூம்ல வச்சி அடைச்சிட்டு இங்க வந்து சின்சேன் பார்க்குற மாதிரி சிரிச்சிக்கிட்டு இருக்கான், இவன என்ன பண்ணலாம்? விஷ்வாவோட கிரிக்கெட் பேட் வச்சு அடிச்சு நொறுக்குவோமா?..." என்று தன்னுள் பொங்கி எழுந்த வீரத்தை, அடுத்த நொடியே தண்ணீர் ஊற்றி அடக்கி விட்டான்.

"தேவை இல்லாம நாம எதுக்கு போய் அடி வாங்கணும்? ராத்திரி பொழுதுல இவனுங்கட்ட வம்பு வளர்க்க வேண்டாம், இப்போதைக்கு நாமளும் பேசாம உக்கார்ந்து சின்சேன் பாப்போம். நாளைக்கி காலைல பொழுது விடிஞ்சதும் அவனை வச்சு செஞ்சுக்கலாம்" என்று நினைத்தவன், பேசாமல் விஷ்வா பக்கத்-

தில் அமர்ந்து சின்சானில் மூழ்கினான்.

"அட பிக்காலிப்பயலே... இவ்ளோ நேரமா நாத்தம் புடிச்ச டாய்லட்ல அடச்சு வச்சதுக்கு, கோபப்பட்டு சண்டையை ஆரம்பிப்பான்னு பார்த்தா, நேரா போய் அமைதியா உக்காந்துகிட்டானே? இனி இவன நம்பி ஒரு யூஸ்ஸும் இல்ல. பேசாம உள்ள படுத்து இருக்குற ரெண்டு பேருக்கும் எப்படியாச்சும் சண்டையை உண்டாக்கிட வேண்டியது தான்" என்ற யோசித்தபடியே அந்த உருவம் உள்ளறையை நோக்கி சென்றது.

அங்கே பிறந்தநாள் கொண்டாடப் போகும் வினய் அன்றைய அதீத அசதியின் காரணமாக நன்கு தூங்கி கொண்டிருந்தான். சிறிது நேரத்திற்கு முன்பு உறங்க வந்த ரிஷி, கண்கள் சொருகும் அளவிற்கு அரைத் தூக்கத்தில் இருந்தான்.

"இது தான் சரி. இந்த ரிஷி பயலுக்கு தொட்டதுக்கெல்லாம் கோவம் வருது, ஆளும் ஒரளவுக்கு வாட்டசாட்டமா இருக்கான். இவன வம்புக்கு இழுத்தா, உடனே இங்க சண்டை நடக்கும். நமக்கும் நம்ம வேலைய ஈசியா ஆரம்பிச்ச வச்ச மாதிரி ஆகிடும்" என்று ஏகப்பட்ட மனக் கணக்குகளைப் போட்ட படியே கட்டிலுக்கு அடியில் புகுந்தது அது.

இருவரும் ஆழ்ந்த உறக்கத்திற்கு சென்றதும் ஓரத்தில் படுத்திருந்த வினய்யை அப்படியே அலேக்காக தூக்கி கொண்டு போய், பக்கத்தில் இருந்த பெரிய சைஸ் கபோர்டினுள் வைத்து பூட்டியது அந்த பேய்.

வினய்யின் உருவத்தை இப்போது அது எடுத்து கொண்டு, ரிஷியின் அருகே மெதுவாக ஏறிப் படுத்துக் கொண்டது. ஏற்கனவே நண்பர்களோடு வாக்குவாதம் செய்து விட்டு கடுப்பாகி உள்ளே ரிஷியை, இன்னும் கொஞ்சம் வெறுப்பேத்த முடிவு செய்தது அந்த பேய்.

மெதுவாக அவனை கன்னத்தைக் கிள்ளுவதும், கையில் கடிப்பதும் என தன்னால் முடித்ததை செய்து கொண்டிருந்த தருணம், அதன் செயலால் சிறிது அசைந்து கொடுத்தான் ரிஷி.

அவன் எதிர் பார்க்காத நேரம், அது தனது ஒரு காலைத் தூக்கி ரிஷியின் மேல் போட அதை எதிர் பார்க்காத ரிஷி காலை எடுக்க முயற்சி செய்யும் போதே, தன் அடுத்த காலையும் தூக்கி "தொம்..." என்று போட்டது.

ஏற்கனவே சிறிது நேரத்திற்கு முன் நண்பர்களிடம் வாங்கிய அடியால் அவனது முதுகு வலித்தது. இப்போது வினய் உருவத்திலிருந்த பேய் கால்களைத் தூக்கி போட்ட பின் கால்களிலும் வலி எடுக்க ஆரம்பித்தது. ரிஷியை எப்படியாவது வெறுப்பிற்றி விடலாம் என்று வினய் உருவத்திலிருந்த பேய் நினைத்திருக்கும் போது, அது மிரளும் ஒரு வேலையைச் செய்தான் ரிஷி.

ஆழ்ந்த உறக்கத்திலிருந்த ரிஷி, மெதுவாய் புரண்டு படுத்தான். அங்கே தனக்கு வாகாக கட்டியணைக்க ஏதோ ஒன்று கிடைத்ததும், அசால்ட்டாக பேய்

மேலேயே தன் கையை தூக்கிப் போட்டான்.

ரிஷியின் கைகள் வினய்யின் கழுத்தை அழுத்த மூச்சு விட திணறிய பேய், "டேய் தடிமாடு, பாக்க மீடியம் சைஸ்ல இருக்குற, ஆனா ஆளு மட்டும் இந்த கனம் கணக்குறியேடா. நான்தான் அப்பப்போ தூங்குற மனுஷனை, மேல இருந்து அழுத்தி, அவுங்க மூச்சு திணறுறதை பார்த்து சந்தோசப் படுவேன்.

நீ என்னையவே மூச்சு முட்ட வச்சுட்டியேடா. நீயெல்லாம் மனுஷனே இல்ல, சீ அப்பாலே போ சாத்தானே.." என புலம்பியபடி, எப்படியோ ரிஷியிடம் இருந்து தப்பித்தது ஓடி வந்தது அந்த பேய்.

தப்பித்தோம் பிழைத்தோம் என வீட்டை விட்டு வெளியே வந்த பிறகு, "இப்-டியே போனா இன்னிக்குள்ள வேலை முடியாது. நாம பேசாம அந்த பீம் பாய் மாதிரி இருக்குற விஷ்வா உருவத்துக்கு மாறிட வேண்டியதுதான்.

அவன் ஒருத்தனுக்குத்தான் மொத்த கூட்டமும் மெரளுது, விஷ்வா உருவத்-துக்கு மாறி மத்தவங்கள அடிச்சாவது இன்னிக்கி இவனுகளுக்குள்ள சண்டையை உருவாக்கனும்" என்று நினைத்த அது, அவன் தனியே நகரும் நல்லதொரு சந்-தர்ப்பத்திற்காக காத்திருந்தது.

அந்த நேரம் பார்த்து விஷ்வாவின் கை பேசி ஒலிக்க, அதை எடுத்துப் பார்த்-தவன் கண்கள் இரண்டும் காதலில் பளிச்சிட்டது.

ஆம்! அவனின் ஆசை காதலிதான் அழைத்திருந்தாள். வெக்கப் பட்டு சிரித்-துக் கொண்டே, அவளோடு பேசுவதற்காக வெளியே வந்தான் விஷ்வா. அவன் வெளியே வந்ததும், விஷ்வாவின் உருவத்தின் பேய் வீட்டிற்குள் சென்றது.

வந்ததும் வராததுமாய் அது, தரையில் அமர்ந்து சின்சானில் மூழ்கியிருக்கும் ராகுலுக்கு நேர் பின்னால் இருந்த சோபாவில் அமர்ந்தது. ராமுவும் சோபாவில்-தான் உட்கார்ந்திருந்தான்...

பேய் அங்கிருந்தபடியே தரையிலிருக்கும் ராகுலை, மெதுவாய் அடிப்பதும் உதைப்பதும் கிள்ளுவதுமென அனைத்து சேட்டைகளையும் செய்து விளையாடி-யது.

அவனோ சுரணை கேட்டவன் போல், தனக்கு சின்சான்தான் முக்கியம்... என எதையும் கண்டு கொள்ளாமல், சிரித்த படியே டிவி பார்த்தான். ஒரு கட்டத்தில் பொறுமையை இழந்த பேய், சடாரென்று ராகுலின் தோள் மேல் ஏறி தன் மொத்த பாரத்தையும் அவன் மேல் வைத்து அழுத்தியது..

அந்தத் திடீர் தாக்குதலை எதிர் பாராத ராகுல், "அம்மா..." என்று அலறியபடி துள்ளினான்.

மூச்சி விட சிரம பட்டுக் கொண்டிருந்த ராகுலை, எப்படியோ ராம் பிடித்து இழுக்க, அவன் உதவியோடு எழுந்து நின்றான் ராகுல்.

"டேய் தடி மாட்டுப்பயலே, உனக்கு கொஞ்சம் கூட அறிவில்லையாடா? நல்லா மொளா மாடு மாதிரி உடம்பை வளர்த்து வச்சிருக்க நீ, ஈக்குச்சி மாதிரி இருக்குற என் மேல வந்து மேல இப்டி விழுறியே? எனக்கு இருக்குற நாலு எலும்பும் உடைஞ்சு போயிட்டா உங்க அப்பனா எனக்கு சோறு போடுவான்?" என கோவமாக அவனை பார்த்து கத்த ஆரம்பித்தான்.

'எப்படியோ இவனை வைத்து ஒரு சண்டையை ஆரம்பித்து வைத்தாயிற்று... இனி இதை கொஞ்சம் கொஞ்சமாய் பெரிதாக்கி அனைவரையும் சண்டை போட வைத்து கொன்று விட வேண்டியது தான்' என்ற சந்தோசத்தில் திக்குமுக்காடியது பேய்.

"ஆமாடா, அப்டித் தான் விழுவேன். என்னடா பண்ணுவ நீ?" என்று திமிராகவே பேசியது ராகுலிடம்.

"என்னடா? நீ போய் அவன் மேல விழுந்துட்டு, இப்போ அவனையே திமிரா திட்டிப் பேசுற? பாவம்டா அவன், மூச்சே அடச்சு எவ்ளோ கஷ்டப்பட்டான் தெரியுமா?" என்று ராகுல் சார்பாக சிபாரிசு செய்ய வந்தான் ராம்.

பேய், "அவனை என்னடா, உன்னையும் அடிப்பேன்" என்ற படி அது ராமின் சட்டையைப் பிடித்துக் கொண்டு, ரங்கராட்டினம் சுற்றியது.

ராம், "விடு விஷ்வா, தலை சுத்துது..." எனக் கத்த, பேய் அவன் கன்னத்தில் பளாரென்று அறைய நினைத்து கை உயர்த்திய வேளையில் ராகுல் வேகமாக கிச்சனுக்கு ஓடினான்.

சமையல் அறையிலிருந்த கெட்டுப் போன அந்த பழைய மாவை எடுத்து வந்தவன், விஷ்வா என்று நினைத்து பேய் மேல் ஊற்றி விட்டான்.

ஏற்கனவே புளித்துப் போனதால் நன்கு கெட்டிப் பட்டிருந்த மாவு, பேயின் தலை முழுதும் வழிந்து உடலைத் தழுவி இறங்க ஆரம்பித்தது. தரையில் ஒரு துளி கூட சிந்தாமல் பேயின் உடலிலேயே மொத்த மாவும் ஒட்டிக் கொண்டதென்றால், அது எவ்வளவு தரமாக இருந்திருக்கும் என நினைத்து பாருங்கள்.

"ச்சீ.. நாத்தம் தாங்கல, எனக்கே கொமட்டிக்கிட்டு வருது, எத்தனை நாளான மாவுடா இது?" என்று பெணாத்தி முடிக்கும் முன் பேய்க்கு வாந்தியே வந்து விட்டது.

வாயை பொத்திக் கொண்டு வீட்டை விட்டு வெளியே ஓடியது அந்த பேய்.. ஆகச் சிறந்த முறையில் விஷ்வாவை பழி வாங்கி விட்டதாக நினைத்த ராகுலும் ராம்மும் சியர்ஸ் அடித்து சிரித்துக் கொண்டனர்.

வெளியே நின்று போன் பேசிக் கொண்டிருந்த விஷ்வா, தன் உருவத்தில் ஒருவன் தன்னைத் தாண்டி ஓடுவதைக் கூட கவனிக்காத வண்ணம் காதலியுடன் கதை பேசுவதிலேயே மும்முரமாக இருந்தான்.

தெருவின் முச்சந்திக்கு வந்த பேய், தன்னால் முடியும் மட்டும் வாந்தி எடுத்-
தது. புளித்த மாவின் வாடை குறைந்ததும், மீண்டும் தன்னுடைய பழைய கருப்பு
உருவத்திற்கே மாறிவிட்டது பேய்.

அக்கடா என்று முச்சந்தியில் அமர்ந்த அது, "நன்னாரிப் பயலுகளா, அது
என்ன பாலாடா? என் தலையில ஊத்தி அபிஷேகம் பண்ண? சட்டியில ஒரு
சொட்டு கூட மிச்சமில்லாத அளவுக்கு மொத்தத்தையும் என் தலையில ஊத்தி
கவுத்தி விட்டுடிங்களேடா!

வாந்தி எடுத்து, வாந்தி எடுத்து என் தொண்டையெல்லாம் எரியுதே.. நீங்கள்-
லாம் நல்லாவே இருக்க மாட்டிங்க... எங்க பேய் வம்சத்துலயே இப்டி யாருமே
வாந்தி எடுத்திருக்க மாட்டாங்கடா" என்று தரையில் உருண்டு புலம்பியது.

சில நிமிடங்களுக்குப் பிறகு பேயின் மனம் சமாதானமடைய, "எல்லார் கையி-
லயும் அடி வாங்கியாச்சு. இனிமே எவனுக்கும் நான் பயப்பட போறதில்லை. நேரா
போறேன், அந்த விஷ்வா பயல கடுப்பாக்குறேன், அவனை வச்சி உள்ள இருக்க
அத்தனை பேரையும் போட்டுத் தள்ளிட்டு அடுத்த லொக்கேஷனுக்கு கிளம்பிட்டே
இருக்கேன்.." என்று படு பயங்கரமாக திட்டம் போட்டது பேய்.

தன் உருவத்தினை ரிஷியைப் போல மாற்றிவிட்டு, விஷ்வாவை நெருங்கியது
அது.

அங்கே தன் காதலியோடு பைந்தமிழ் பேசி சரசமாடிக் கொண்டிருந்த விஷ்-
வாவோ, "என் பேபிடா நீ, ராத்திரி எட்டு மணி வரைக்கும் மாமா உன் கூடத்
தானடி இருந்தேன். இந்த விளய் எருமைக்கு இன்னிக்கி பிறந்த நாளா போயி-
டுச்சு, அதனாலதான் ரூம்க்கு வந்ததுக்கு அப்புறம் உனக்கு நான் மெசேஜ் பண்-
ணவே இல்ல.

இதுக்கும் சேர்த்து தானடி நேத்து நைட் முழுக்க உன் கூட ரொம்ப நேரம்
சேட் பண்ணேன். அதனால இன்னைக்கி காலையில நான் ஜிம்க்கு கூட போகாம
இருந்தேன் பேபி.

உன் மேல உயிரையே வச்சிருக்குற இந்த மாமாக்கிட்ட நீ இப்டி கோச்சிக்-
கிட்டா நான் எங்கடா போவேன்? உன்ன விட எனக்கு வேற எந்த விஷயமும்
முக்கியம் இல்லடி பட்டுக்குட்டி" என்று தன் போக்கில் அவளைக் கொஞ்சி
கொண்டிருந்தான்.

"பய தன் கேர்ள் ப்ரெண்டு கூட செம ரொமான்ஸ்ல இருக்கான். இது தான்
சரியான சமயம், மட்டும் நாம ஏதாவது வம்பிழுத்தா உடனே கண்டிப்பா செம
கோவம் வரும் இவனுக்கு.." என்று கருதியது பேய்.

"என் செல்லம்ல.. என் புஜ்ஜிமோல.. மாமாட்டா பேசுடா..." என்று காதலி-
யிடம் மன்றாடி கொண்டிருந்தவனின் முதுகில் அடிப்பதும், கையைக் கிள்ளுவ-
தும், சட்டையைப் பிடித்து இழுப்பதும், கழுத்தைக் கட்டிக்கொண்டு குரங்கு போல்

தொங்குவதும் என தன்னால் முடிந்த அனைத்து சேட்டைகளையும் செய்து பார்த்-
தது அந்த பேய்.

ஆனால் விஷ்வாவோ அது செய்யும் எதற்கும் சளைக்காமல், தன்னுடைய
காதலியை பேச வைப்பதே தனது தலையாய பணி என்பதைப் போல செல்போன்
பேச்சிலேயே கவனமாக இருந்தான்.

பொறுத்துப் பொறுத்துப் பார்த்த பேய் கடைசியில் அவனின் லுங்கியைக் கூட
அவிழ்த்து பார்த்து விட்டது. ஆனாலும் அன்ட்ராயரோடு அசையாமல் காதல்
மொழி பேசினானே அன்றி, தன்னை வம்பிழுக்கும் ரிஷியை ஒரு துரும்பாய்க்
கூட மதிக்கவில்லை அவன்.

பேய், "இவனெல்லாம் எத வச்சு செஞ்சானுங்க? அன்ட்ராயர கழட்டுனாலும்
அப்டியேத்தான் நிப்பானா? இப்டியே இருந்தா இவன எப்டி வம்பிழுத்து, என்னிக்கி
சண்ட போட வச்சு? எந்தக்காலம் நான் கொலை செய்யறது? எதுக்கும் கடைசியா
ஒரு தடவ இவனோட போனை பிடிங்கி பாப்போமா?" என்று சிந்தித்தது பேய்.

அதுதான் இறுதி வழி என்று தோன்றிட மெதுவாக விஷ்வாவிற்கு பின்புறம்
சென்று அவன் காதில் இருந்த போனை பிடுங்கிக் கொண்டு ஓட ஆரம்பித்தது
ரிஷி உருவத்திலிருந்த பேய். அது நான்கு அடி தூரம் ஓடும் முன்பே, அதனை
எட்டிப் பிடித்து விட்டான் விஷ்வா.

ஒரு உப்பில்லாத காரணத்திற்காக தன் காதலி தன்னோடு சமாதானமாக மறுத்-
ததால் என்ன செய்வது என்று தெரியாமல் தவித்துக் கொண்டிருந்தவன், தன்
செல்போனை ரிஷி பறித்த நொடி முதல் உக்கிர உருவத்திற்கு செல்ல ஆரம்பித்-
தான்.

ரிஷி விஷ்வாவின் கையில் சிக்கியதும், ஒரே ஒரு அடிதான் அடித்தான்
அவன்... அந்த அடியில் கதி கலங்கி, கண்ணில் பொறி கிளம்ப, இருக்கும் இடம்
மறந்து, தலை சுற்றி பேய் கீழே விழுந்தது..

தான் அரை வாங்கியதை கூட பெரிதாக நினைக்காத பேய், 'எப்படியோ
இவனை கோவம் கொள்ள செய்தாயிற்று, இதை அப்டியே பெரிதாக்கி சண்-
டையை ஆரம்பித்துவிட வேண்டியது தான்' என்று நினைத்தபடி தட்டுத்தடுமாறி
எழுந்து நின்றது.

ஆனால் விஷ்வாவோ செல்போன் கைக்கு வந்த மறுகணமே மறுபடியும் தன்
காதலியுடனான உரையாடலில் மூழ்கிப்போனான்.

பேய் தான் கொண்டிருந்த மன வலிமை எல்லாம் இழந்து தலையில் கை
வைத்தபடியே, "இவனை எல்லாம் புள்ளனு பெத்தானுக பாரு.. அவனுகள சொல்-
லனும். கடைசி காது ஜவ்வு கிழியிற மாதிரி உங்கிட்ட அடி வாங்குனது தான்டா
எனக்கு மிச்சம். இந்த பிளானும் போச்சே.." என புலம்பியபடியே போய் ஒரு
மூலையில் அமர்ந்தது.

அந்த சமயம் பார்த்து சமையல் அறைக்கு தண்ணீர் குடிக்க எழுந்து போனான் ராம்.

அவனைப் பார்த்ததும், "இந்த முரட்டு பீஸ்ஸுக கிட்ட அடி வாங்கி சாகுறத விட, அந்த முட்டாள் பீஸ்ஸை வெறுப்பேத்தி அவன் கிட்டயே மல்லு காட்டலாம். அட்லீஸ்ட் அவன் நம்மள அடிக்காமலாவது இருப்பான்.." என்ற முடிவுக்கு வந்தது பேய்.

ராம் சமையலறையில் தண்ணீர் மொண்டு குடித்துக் கொண்டு இருக்கையில், ராகுலின் உருவத்தில் ராமை நெருங்கியது பேய்.

பேயைப் பற்றி பேசி ரொம்ப நேரம் ஆனதாலும், சின்சான் பார்த்து கொஞ்சம் சகஜ நிலைக்கு வந்திருந்ததாலும் தைரியமாக தங்கள் வீட்டின் சமையல் அறைக்கு தனியே சென்றிருந்தான் ராம்.

ராகுல் உருவத்தில் நாம் அறியாத வண்ணம் அவன் பின்னால் சென்று நின்ற பேய், 'பொளீறென...' ஒரு அடியை அவனின் முதுகில் அடித்து.

அதில் பதறிப் போன ராம் தண்ணீரைத் தன் மேல் கொட்டிக் கொண்டான். சிந்திய தண்ணீரையும் அதை சிந்த வைத்த ராகுலையும், பாவமாய் ராம் மாற்றி மாற்றி பார்த்துக் கொண்டிருந்தான்.

ராகுல் உருவத்திலிருந்த பேய், "அது எப்படி டா தண்ணிய குடிக்க நீ தனியா வந்த? பாத்ரூம்ல மட்டும்தான் பேய் பிசாசெல்லாம் வருமா? அதுக்கு மட்டும் துணைக்கு ஆள் வேணும்னு அழுது அழுது கூப்பிடற? நீ எல்லாம் நாளைக்கு கல்யாணம் பண்ணி, குடும்பம் நடத்தி, புள்ள பெத்து.. விளங்கிடும்.." என்று பேச்-சிலேயே அவனை வெறுப்பேத்தியது பேய்.

ஏற்கனவே அவன் பாத்ரூமில் தன்னை வைத்து பூட்டி விட்டான் என்று நினைத்து கடுப்பில் இருந்தான் ராம். இப்போது ராகுல் இப்டி தன்மானத்தை சீண்-டுவது போல பேசுவதைக் கண்டு கோபம் கொண்டான்.

ராகுல், "உனக்கு புள்ளைங்க பிறந்தா அதுகளும் உன்னை மாதிரியே இருக்-குமா ராம்?" என்றதுதான் தாமதம்.

கையில் வைத்திருந்த அந்த பெரிய சைஸ் செம்பினை குறிபார்த்து தூக்கி எறிய, அது மிகச்சரியாக ராகுலின் உருவத்தில் இருந்த பேயின் மண்டையை பதம் பார்த்தது.

'டங்...' என வீடே அதிரும்படி அடி வாங்கிய பேய்க்கு, சில நிமிடங்கள் கண்-கள் இரண்டும் இருண்டு போனது. அதன் பார்வை மீண்டும் தெளிவாகிய நேரத்-தில், எதிரிலிருந்த ராம் ஒரு முழு ஆங்கிரி பேர்ட்டாக உருமாறி இருந்தான்.

அவசர அவசரமாக ராகுல் தன் கைக்கு கிடைக்கும் பொருட்களை எல்லாம் எடுத்து ராம் மீது வீச, ராமும் அதே போல தனக்கு அருகில் இருந்த பாத்திர பண்டங்களை எடுத்து அவன் மேல் வீச ஆரம்பித்தான்.

இருவரும் எழுப்பிய சத்தத்தில் வீடே போர்க்களமாக உருமாறிக் கொண்டிருந்-
தது.

இவர்கள் எழுப்பிய சத்ததால், ஆழ்ந்த நித்திரையிலிருந்த ரிஷி அலறி அடித்-
துக் கொண்டு எழுந்தான். தன் தூக்கம் தொலைந்த கடுப்பில் விறுவிறுவென
ஹாலுக்கு வந்தான். அங்கே ராகுல் மகிழ்ச்சியாய் தன் காதில் ஹெட்செட்டினை
மாட்டிக் கொண்டு, கைபேசியில் ஏதோ ஒரு வீடியோவை மும்மரமாக பார்த்துக்
கொண்டிருந்தான்.

அவன் மட்டும் சந்தோஷமாய் இருப்பதைக் கண்டு கோபம் கொண்ட ரிஷி,
வெடுக்கென அவன் காதில் இருந்த வயர்களை பிடுங்கினான்.

அதன் காரணம் புரியாமல் கேள்வியாக பார்த்த ராகுலிடம், "ஏன்டா உங்க
இம்சை தாங்க முடியலைன்னு தான நான் கொஞ்ச நேரம் உள்ள போய் படுத்-
தேன். அது பொறுக்கலையா உங்களுக்கு? எதுக்குடா இவ்ளோ சத்தம் போட்டு
தூங்குறவனை தூங்கவிடாம பண்றீங்க?" என்ற கூறிக்கொண்டே ராகுல் தலையில்
இரண்டு கொட்டு வைத்தான்.

'என்ன பேசுறான் இவன்? என்ன சத்தம்? யார் போட்டது?' என்பது கூட புரி-
யாமல் ரிஷியைப் பின் தொடர்ந்து கிச்சனுக்குச் சென்றான் ராகுல்.

இவர்கள் இருவரும் உள்ளே வருவதை முன்பே அறிந்து கொண்ட பேய்,
உடனே ராம் மீது தண்ணீரை அள்ளித் தெளித்து விட்டு அங்கிருந்து மறைந்து
விட்டது. தண்ணீரை துடைத்துவிட்டு கண்களைத் திறந்த ராம், ராகுல் ஹாலுக்கு
ஓடி விட்டதாக நினைத்து சமையல் அறையை விட்டு வெளியே வந்தான்..

வந்த வேகத்தில் எதிரில் வந்த ரிஷி மேல் மோதிட, ரிஷி அவனை கொடூர-
மாய் முறைத்தான்.

ரிஷி, "அர்த்த ராத்திரியில எதுக்குடா கிச்சன அலற வச்சுகிட்டு இருக்க?
அஞ்சு நிமிஷம் மனுஷன் அக்கடான்னு தூங்கினேன், அது பொறுக்கலியா
உனக்கு?" என்று ராம் மேல் பாய்ந்தான் ரிஷி..

அவனை தடுத்து நிறுத்திய ராம், "எப்ப பாரு என்னையே குத்தம் சொல்லா-
தடா. இதோ நிக்குறான் பாரு, இவனைக் கேளு ஏன் இப்டி செஞ்சடான்னு.."
என்று ராகுலை சுட்டிக் காட்டினான்.

ஏற்கனவே தலையும் புரியாமல் வாலும் புரியாமல் குழம்பி இருந்த ராகுல்,
இப்போது இன்னமும் குழம்பிப்போய், "நான் என்னடா செஞ்சேன்?" என்றான்.

"நடிக்காதடா.. நீயே கேளு ரிஷி, நான் பாட்டுக்கு அமைதியா தண்ணீ குடிக்க
கிச்சனுக்கு போனேன். இவன் என் பின்னாலயே மெதுவா வந்து, என்ன அடிச்சு
எம்மேல தண்ணியெல்லாம் சிந்தி விட்டுட்டான்.

அப்பவும் நான் அமைதியாத்தான்டா இருந்தேன், ஆனா இவன் நீ இப்பவே
இப்டி பயப்படுறயே, நாளைக்கி எப்படி கல்யாணம் பண்ணுவ? எப்படி குடும்பம்

நடத்துவ? எப்படி புள்ளகுட்டி எல்லாம் பெத்துக்குவ? உன் பிள்ளைகளும் இப்ப-
டியே இருந்தா என்ன பண்ணுவனு வேணும்னே என்ன ஓவரா கலாய்க்கிறான்டா"
என்று பொங்கினான் ராம்.

"என்னடா உளர்ற? அவன் எப்போ கிச்சனுக்கு வந்தான்? இவ்ளோ நேரம்
ஹால்ல உக்காந்து ஹெட்செட்டுல எதையோ கேட்டுக்கிட்டு இருந்தான். நான்
பெட்ரூம்ல இருந்து வந்துதான் அவனை அடிச்சு இழுத்துகிட்டு கிச்சனுக்கு வந்-
தேன்" என்றான் ரிஷி.

ராம், "ஓகோ.. அப்படிங்கன்னா இது நீங்க ரெண்டு பேரும் சேர்ந்து விளையாடின
கேம்தானா? இன்னிக்கி நீங்க எல்லாரும் என்னை ரொம்பவே வெறுப்பேத்துறீங்-
கடா. நான் முதல்ல பாத்ரூம் போனப்பவும் இதே மாதிரிதான் என்ன உள்ளே
போட்டு பூட்டு வச்சீங்க...

எவ்வளவு நேரம் கத்தினேன்? எவனும் என்ன திறந்துவிட வரவே இல்லை.
கிட்டத்தட்ட கால் மணி நேரமா நான் உள்ளேயே அடைஞ்சு கிடந்தேன் தெரி-
யுமா?" என்றான் பாவமாய்.

(பிள்ளைக்கு பயத்தில் ஐந்து நிமிடமே கால் மணி நேரம் போல் தெரிகிறது
போல...)

தலையும் புரியாமல் வாலும் புரியாமல் நின்றிருந்த ராகுல் தன் உச்சந்தலையை
சொரிந்து கொண்டே, "ஏய் இவன் என்னடா நம்ம மேல குற்றப் பத்திரிகையை
பெருசாக்கிக்கிட்டே போகிறான்?" என்றான்.

ரிஷி, "அதான்டா எனக்கும் புரியல. டேய் ராம், உண்மையிலேயே நாங்க
எதுவும் பண்ணலடா. நீ ஏதாச்சும் கனவு கண்டிருப்பனு நினைக்கிறேன்" என்று
தன் நண்பனுக்கு உண்மையை உணர்த்த முயன்றான்.

ரிஷியையும், ராகுலையும் நம்பாத பார்வை பார்த்த ராம், "எல்லா தப்பையும்
நீங்க பண்ணிட்டு, இன்னும் என்னையே குறை சொல்றீங்களாடா? இன்னிக்கி
உங்க மண்டையை உடைக்கல என் பேரு ராம் இல்லடா" என்றவன், வேகமாக
கிச்சனுக்கு சென்று கை நிறைய பாத்திரங்களை அள்ளிக்கொண்டு வந்தான்.

எதிரில் நிற்கும் இருவர் மீதும் ராம் பாத்திரங்களை எடுத்து வீச, இரண்டு
மூன்று முறை அவனுக்கு எடுத்துச் சொல்ல முயன்று தோற்ற ரிஷியும் ராகுலும்,
தங்களின் எதிர் தாக்குதலை ஆரம்பித்தனர்.

சரமாரியாக பாத்திரங்கள் அங்கே பறக்க அதனால் எழுந்த சத்தம் வெளியே
காதலியுடன் ரொமான்ஸ் செய்து கொண்டு இருந்த விஷ்வாவிற்கு பெரும்
இடைஞ்சல் செய்திற்று.

அரை மணி நேர போராட்டத்திற்கு பிறகு விஷ்வாவின் காதலி இப்போதுதான்
கொஞ்சம் கொஞ்சமாய் மலை இறங்கிக் கொண்டிருந்தாள்.

அவன் சமாதானம் ஆகும் இந்த நேரத்தில், வீட்டிற்குள்ளிருந்து வரும் சத்தம் இரண்டு மடங்காக அதிகரிக்க, வெகுண்டெழுந்தான் விஷ்வா. இந்த வாய்ப்பை நழுவ விட்டால் அவன் இன்னொரு முறை அல்லவா அவளிடம் கெஞ்ச வேண்-டியிருக்கும்...

விஷ்வா போனை மூடிக்கொண்டு, "சத்தம் போடாதீங்க டா எருமைகளா..." என்று கத்தினான்.

ஏற்கனவே அதைக் கேட்டு விட்ட அவன் காதலியோ, "ஏய், என்னடா பசங்க ரூம்னா இப்படித்தான் ஓவர் நாய்ஸியா இருக்குமா? எனக்கு காது வலியே வந்திரும் போல, நான் கால கட் பண்றேன் போ.." என்று தொடர்பை துண்டித்து விட்டாள்.

தன் இத்தனை நேர உழைப்பு, ஒரே நொடியில் வீணாகி விட்டதே என்று கடும் கோபத்தோடு உள்ளே வந்தான் விஷ்வா. அங்கே சண்டையிட்டுக் கொண்டிருந்த ரிஷியையும் ராகுலையும் தன் புஜ பலத்தால் ஒரே கையால் தூக்கிப் பிடித்தான்.

"டேய் இருடா..." என்று இருவரும் கத்தி கொண்டிருக்கையிலேயே, அவர்-களை திசைக்கு ஒருவராய் தூக்கி எறிந்தான் விஷ்வா.

பாதி பைத்தியமாகி இருந்த ராம், விஷ்வா மீதும் பாத்திரங்களை விச முற்பட, அவனையும் குண்டுக்கட்டாய் தூக்கி வந்து தரையில் போட்டான். தப்பி ஓட முயன்ற இருவரையும் பிடித்து வைக்க அவனின் ஒற்றைக்கை போதுமானதாய் இருந்தது.

மூவரையும் இழுத்துக் கொண்டு வந்து ஒருவர் மீது ஒருவராக படுக்கவைத்து, தனக்குக் கிடைத்த சிம்மாசனம் போல அவர்களின் மேல் ஏறி அமர்ந்து கொண்-டான் விஷ்வா. சில நிமிடங்களுக்கு ஆர்ப்பரித்த கூட்டம் அதன் பிறகு எதுவும் முடியாமல் போக அமைதியாகியது.

விஷ்வா இப்போது அதிகாரமாய், "என்னடா உங்க பிரச்னை? எதுக்குடா எல்லா பொருளையும் தூக்கி போட்டு உடைச்சுக்கிட்டு இருக்கீங்க? இருந்து இருந்து நான் கரெக்ட் பண்ண பொண்ணுடா அவ, அவளோட நிம்மதியா ஒரு நாலு வார்த்தை பேச விட மாட்டிக்கிறீங்களாடா?" என்றான்.

ராம், "விஷ்வா நான் எந்த பிரச்சனையும் பண்ணலடா, இவனுங்க ரெண்டு பேரும் தான் ஆரம்பத்தில இருந்து என்ன வம்புக்கு இழுக்குறானுங்க" என்றான்.

விஷ்வா ராகுலின் தலைமுடியை கொத்தாக பிடித்து இழுத்து, "நம்ம குரூப்-லயே ராம்தான் ரொம்ப அப்பாவி, அவன் இதுவரைக்கும் யார் வம்பு தும்புக்கும் போனதே கிடையாது. அவனை ஏன்டா வம்பிழுக்குறீங்க?" என்று சொல்லிக்-கொண்டே ஒரு முறை எம்பி குதித்தான்.

அவன் சுமம் தாங்காமல் நசுங்கி கொண்டிருந்தனர் ரிஷியும் ராகுலும், இப்-போது விஷ்வா எம்பி குதித்ததும் மூச்சு திணறி தவிக்க, வேடிக்கை பார்த்துக் கொண்டிருந்த பேய் விழுந்து விழுந்து சிரிக்க ஆரம்பித்தது.

ரிஷி, "டேய் தடி மாடு, நாங்க ஒண்ணுமே பண்ணலடா. ராம் தான் கிச்சன்ல இருந்து திடீர்னு கத்தி கூச்சல் போட்டான். இருக்குற பாத்திரம் பண்டத்தை எல்லாம் தனியா தூக்கி போட்டு உடைச்சுக்கிட்டு இருந்தான். அந்த சத்தம் கேட்டுத்தான்டா நாங்களே கிச்சனுக்கு போணோம். என்ன பிரச்சனைன்னு அவனை கேளுடா.." என்று கதறினான்.

ராம், "ரெண்டு பேரும் வேணும்னே பொய் சொல்றாங்க விஷ்வா, அவனுங்களை நம்பாதடா. மொதல்ல என்னை பாத்ரூம்ல வெச்சி பூட்டிடாங்கடா. பத்து பதினஞ்சு நிமிஷம் வரைக்கும் நான் கதவை தட்டிக்கிட்டு இருந்தேன் தெரியுமா.

இப்பவும் கூட நான் சும்மா இருந்தப்ப, இந்த ராகுல்தான் வேணும்னே என்னை வம்பிழுத்தது. சும்மா இருந்தவன்ட்ட சண்டைக்கு வாராங்கடா" என்றான் ராம் அப்பாவியாய்.

ராகுல், "இல்லடா.. அம்மா சத்தியமா நாங்க அப்படி எதுவுமே பண்ணல விஷ்வா, தயவு செஞ்சு கீழே இறங்குடா முதுகு உடைஞ்சிடும் போல இருக்கு..." என்றான்.

விஷ்வா, "அவ்ளோ ஈசியா உங்கள ரிலீஸ் பண்ண முடியாது" என்று சொல்லி முடிக்கும் முன், உள் அறையிலிருந்து எதோ "தொம்..." என்று விழும் சத்தம் கேட்டது.

அனைவரும் அங்கு ஓடிப் போய் பார்க்க, அலமாரியில் உட்கார வைக்க பட்டு இருந்த பெர்த் டே பாய் வினய், தரையில் விழுந்து கிடந்தான். தூக்க மிகுதியில் அலமாரியின் கதவில் சாய்ந்தவன், கதவு பூட்டாமல் இருந்ததால் அப்படியே கீழே விழுந்து விட்டான்.

விழுந்தவனுக்கு பலமான அடிகள் எதுவும் இல்லை என்றாலும், ஆழ்ந்த உறக்கத்தில் இருக்கையில் கீழே விழுந்ததால் அதீத கோபத்தோடு எழுந்து நின்றான்.

சட்டையின் கை முட்டிகளை மடக்கி விட்டுக் கொண்டே விறுவிறுவென்று எழுந்து வந்தவன், "எவன்டா அது? என்ன கபோர்டுக்குள்ள வச்சி லாக் பண்ணது? அறிவு இருக்காடா உங்களுக்கு?

என் பெர்த் டேக்காக எதாவது சீக்ரட்டா வாங்கி ஒளிச்சு வைப்பீங்கனு பார்த்தா, என்னையே ஒரு சீக்ரட்டான இடத்துல தூக்கி ஒளிச்சு வச்சிருக்கீங்க? இப்படி ஒரு கேவலமான ஐடியாவை யார்டா குடுத்தது? எந்த லூசுடா அது?" என்று கையில் கிடைத்தவர்களை எல்லாம் அடி வெளுத்தான்.

அவனிடம் மாட்டாமல் தப்பி ஓட நினைத்த மற்ற நால்வரும் குரங்கு போல அங்கும் இங்கும் தாவி ஓடி விளையாட, அடுத்த ஐந்து நிமிடத்திற்கு அதுவே அங்கு முக்கியமான விளையாட்டாகிப் போனது. ஆடி ஓடி விளையாடி அனைவரும் ஓய்ந்து ஓரிடத்தில் அமர்ந்தனர்.

விஷ்வா, "அதுசரி, நீ எப்படி கபோர்டுக்குள்ள போன?"

வினய், "அதுக்கு நீங்கதான் பதில் சொல்லணும். இப்பவாச்சும் சொல்லுங்-களேண்டா, எவண்டா அந்த கேவலமான ஐடியாவ கொடுத்தது? இதான் இந்த வருஷ சர்ப்ரைஸாடா, நல்லா குடுக்குறீங்கடா பெர்த் டே ட்ரீட்டு" என்றான் மூச்சு வாங்கியபடி.

வினய் சொல்வது குழப்பமாக இருந்தாலும், அப்போதைக்கு அனைவரும் சிரித்துக் கொண்டிருக்க ராகுல், "டேய் நிறுத்துங்கடா" என்றான் சத்தமாக.

அதில் சடன் பிரேக் அடிக்கப்பட்ட வாகனம் போல அமைதியானார்கள் நால்-வரும்..

ராகுல் பயம் மிகுந்த குரலில், "இங்க நம்மளையும் மீறி எதோ நடக்குதுடா. நாம பண்ணாத விஷயம் எல்லாம், நாம செய்யிறது போல நடக்குது. ராமை நாம யாருமே பாத்ரூம்ல வச்சி பூட்டல. ஆனா அவன் பூட்டினாங்கனு சொல்லி அழு-றான்."

ரிஷி, "ஆமாடா, நானும் வினய் கூடத்தான் படுத்தேன். ஆனா இப்போ அவன் எப்படி அலமாரியில இருந்து விழுந்தான், நீ சொல்ற மாதிரி எதோ சரி இல்லடா ராகுல்" என்றான் யோசித்து கொண்டே.

ராகுல், "வேற ஏதோ ஒண்ணு இங்க இருக்கிறத என்னால் உணர முடியுது, உங்களுக்கு புரியலியா? ஒழுங்கா பதில் சொல்லுங்க டா" என்றான்.

விஷ்வா, "இதுக்கும் இல்லுமினாட்டி தான் காரணம், அதானடா நீ சொல்லப் போற?" என்றான் நக்கலாய்.

"விஷ்வா, நக்கலடிக்கிற நேரம் இது இல்லடா. கொஞ்சம் யோசிங்க, என்-னோட கெஸ் சரின்னா நம்ம எல்லாருக்கும் ஏதாவது ஒரு சண்டை இப்போ நடந்து இருக்கும். கொஞ்சம் யோசிங்கடா, ஏதாவது வித்யாசமா நடந்ததான்னு" என்று கேட்டான் ராகுல்.

அப்போது தான், ராம் ஆரம்பத்தில் வித்தியாசமாக நடந்து கொண்டது.. கெட்-டுப் போன மாவை தலையில் கொட்டியும் விஷ்வா, தங்களை அடிக்காமல் அமை-தியாக சென்றது..

ரிஷி கிறுக்குத் தனமாக விஷ்வாவை வம்பிழுத்தது, அவனிடம் அடி வாங்கிய பின்பும் திருப்பி அடிக்காமல் சென்றது.. என அனைத்தும் அவர்கள் புத்தியில் உரைத்தது.

6

<hr>

குழப்பங்கள் அதிகமாய் இருந்தாலும், தங்களுக்கு இடையில் யாரோ ஒருவர் இருப்பது மட்டும் உறுதி என்பது புரிந்து கொண்ட அனைவரும்...

ராகுல், "டேய், நம்ம கூடவே யாரோ இருந்துகிட்டு அதுவும் நம்ப உருவத்துலயே சுத்துறான்டா. அது யாருனு வேற தெரியலையே" என்றிட, உடனிருந்து நால்வரும் பயந்து போய் முழித்தனர்.

அடுத்து என்ன செய்வது என்று ஒருவர் கையை ஒருவர் பிடித்து கொண்டு, வட்டமிட்ட படி சூழ்ந்து நின்றனர்.

"டேய்... எனக்கு ரொம்பவே பயமா இருக்குடா. வாங்கடா இந்த வீட்ட விட்டு வேற எங்கேயாச்சும் போயிடலாம்" என பயத்தில் தான் என்ன பேசுகிறோம் என்பது கூட புரியாமல் பேசினான் ராம்.

"பைத்தியம் மாதிரி பேசாதடா, பேய் என்ன நீ வளர்த்த நாய் குட்டின்னு நினைச்சியா... வீட்டுக்குள்ளார வச்சி பூட்டிட்டு போய்ட்டா, வழி தெரியாம நம்மளை விட்டுடுமா? அது ஆத்மாடா" என அழுது கொண்டே அவனை அதட்டினான் விஷ்வா.

"பேசாம நாம போலீஸ்க்கு போன் பண்ணிடலாம்டா!!" என்றான் ராம்.

"போலீஸ்க்கு போன் பண்ணி, என்னனு சொல்லுவ? எங்க வீட்ல பேய் இருக்குன்னா? ஒன்னு நீ பொய் புகார் குடுக்கறன்னு தூக்கி உள்ள வெப்பானுங்க. இல்ல நீ பைத்தியம்ன்னு கீழ் பாக்கம் அனுப்புவாங்க.

இந்த ரெண்டுத்துல எது நடந்தாலும் உன் லைப் அவ்ளோதான். எவனும் பொண்ணு தரமாட்டான், உங்கூட குடியிருந்த பாவத்துக்கு நாங்க நாலுபேரும் சன்யாசம்தான் போகணும், பரவாயில்லையா?" எனக் கேட்டான் ரிஷி.

"அதுவும் கரெக்ட் தான், கழுத உயிர் போனாலும் கன்னி கழிஞ்சிட்டுத்தான் போகணும், எனக்கு கல்யாணம் தான்பா முக்கியம்" என்ற ராம் அமைதியாகிவிட்டான்..

ராகுல், "டென்ஷனாகி கத்தாதீங்கடா... இங்க பாருங்க, எல்லாரும் நான் சொல்றத நல்லா கவனிங்க... இப்போ மணி பதினொான்னு, இன்னும் ஒரு மணி

நேரம்தான் பேய்க்கு கொலை பண்ற டைம்..."

"என்னடா ஐடி கம்பெனி லஞ்ச் டைம் மாதிரியே சொல்லுற?" என்றான் மூக்-கடைத்த குழந்தையின் குரலில் ரிஷி..

"வாய மூடிட்டு சொல்ல விடுடா செத்த மூதி.. பத்துல இருந்து பன்னிரெண்டு மணி வரைக்கும் தான் அது கொலை பண்ணுதுனு நியூஸ்ல சொன்னானுங்க... இந்த ஒரு மணி நேரம் நாம அதுகிட்ட மாட்டாம இருந்துட்டோம், தப்பிச்சிட்-டோம்..." என்று தான் அறிந்த விளக்கத்தை மற்றவர்களுக்கும் புரிய வைத்தான் ராகுல்.

ராம் பள்ளி செல்லும் சிறு பிள்ளை போல, "ஊருக்குள்ள எத்தனையோ பேர் இருக்கும் போது, நம்ம எதுக்குடா இந்த பேய்ட்ட சிக்கிணோம்?" என்று நொந்து போய் புலம்புகையில்,

ராகுலின் கைபேசி அலற ஆரம்பித்தது. அதை எடுத்து பார்த்தவனுக்கு, தொடு திரையில் அருள் பெயர் தெரிந்தது.

இந்நேரம் இவனுக்கு என்ன வேணுமாம், என்று நினைத்தபடியே காலை அட்-டென்ட் செய்தான்.

"ஹலோ மிஸ்டர் ராகுல்?" என்று யாரோ ஒருவர் பேசினார்.

மீண்டும் ஒரு முறை அது அருள் எண்தானா என எண்ணை சரி பார்த்து-விட்டு, "ஆமாங்க, நீங்க?" என்றான் ராகுல்.

"நான் வளசரவாக்கம் இன்ஸ்பெக்டர் பேசுறேன் சார். இங்க அருளும், அவங்க குடும்பத்து ஆளுங்களும் இறந்து கிடக்குராங்க. அதைப் பத்தி பேசத் தான் உங்-களை கூப்பிட்டேன்" என்றவரின் பேச்சைக் கேட்டு மேலும் அரண்டு போனான் ராகுல்.

"என்ன சொல்றீங்க? அருளுக்கு என்ன சார் ஆச்சு?"

"இப்போ சமீபத்துல எல்லா இடத்திலயும் நடக்கிற அதே சம்பவம்தான் சார் இங்கேயும் நடந்திருக்கு. ஒருத்தருமே மிச்சமில்ல.. நாய்க்குட்டி கூட செத்து போயி-ருக்கு. அதான் அவரு ஆபீஸ் கொலீக்ஸ் எல்லாருக்கும் கால் பண்ணி டிடெ-யில்ஸ் கலெக்ட் பண்றோம்..."

பயமும் வருத்தமும் உள்ளுக்குள் போட்டி போட ராகுல், "அருள் என் ப்ரெண்-டுதான், என்ன கேக்கணுமோ கேளுங்க சார்.." என்றான் கன்றிய குரலில்.

"உங்க ஆபீஸ்ல அருளுக்கு யாரோடயாவது தகராறு இல்லனா முன் விரோ-தம்னு எதாவது பிரச்சனை இருக்கா சார்? கொலை சகஜமா நடக்குறதால, இந்த வாய்ப்ப யாரும் பயன்படுத்தி யாரும் யாரையும் திட்டம் போட்டு கொலை செஞ்-சிடக் கூடாது இல்லையா. அதான் கேட்கிறோம்..." என்றார் அவர்.

"இல்ல சார், பேசிக்காவே அவன் ரொம்பவே அமைதியான பையன். யாரோ-டவும் வம்பு வச்சிக்க மாட்டான், எப்பவும் தான் உண்டு தன் வேலை உண்டுனு

இருக்கிறவன்.."

"சரி சார்.. வேற எதாவது தகவல் கிடைச்சா உடனே எங்களுக்கு சொல்லுங்க, நான் உங்களுக்கு அருள் வாட்ஸப் மூலமா என்னோட நம்பர அனுப்புறேன்" என்று கூறிவிட்டு போனை வைத்து விட்டார்.

தன் பத்து விரல்களாலும் முகத்தை இறுக மூடி அழுவது போல் அமர்ந்திருந்த அவனை, மற்ற நால்வரும் தட்டி எழுப்பினர்.

தன்னைத்தானே தேற்றிக் கொண்டவன், "டேய் என் ஆபீஸ் மேட் அருளை குடும்பத்தோட கொன்னுட்டாங்களாம்டா••• அவனும் தான் மதியம் நாங்க பேய் பத்தி பேசும் போது எங்க கூட இருந்தான்" என்று எதையோ சொல்ல வந்த ராகுல், திடிரென்று சடன் பிரேக் அடித்து எதையோ யோசிக்க ஆரம்பித்தான்.

இரண்டு நிமிடங்கள் இலக்கில்லாமல் எதையோ வெறித்துப் பார்த்துக் கொண்-டிருந்தவன் அதன் பிறகு தன் வாய் திறந்து, "அப்டினா அந்த பேயை பத்தி யோசிச்சலோ இல்லை அதை பத்தி பேசுனாலோ தான் அது நம்மளை தாக்குதுனு நினைக்கிறேன்டா. அப்போ நாம இன்னும் ஒரு மணி நேரத்துக்கு அது பத்தி நெனைக்க வேண்டாம்" என்றான் ராகுல்..

ரிஷி, "நீ சொல்றது ரொம்ப சரி... நாம இனிமே எங்க போனாலும் ஒன்னாவே போவோம்டா. தனியா யாரும் எங்கயும் போக வேண்டாம், பேய பத்தி நினைக்காம இருக்குறதுக்கு நாம நம்ம மைண்ட் டைவர்ட் பண்ற மாதிரி எதாவது செய்ய-லாம்டா" என்றான்.

"அப்போ பேசாம பிட்டு படம் பாப்போமா?.. நமக்கு வேற எங்கயும் கவனம் போகாது" என்று கண்ணடித்துக் கூறிய வினய்யை பேயை விட கொடூரமாக முறைத்தனர் அனைவரும்..

அவன் முதுகில் மத்தளம் வாசிக்க ஆரம்பித்த விஷ்வா, "நாம என்ன கஷ்-டத்துல மாட்டிகிட்டு இருக்கோம்... உனக்கு பிட்டு படம் கேக்குதாடா? பெர்த் டேன்றதால உன்ன கொல்லாம விடுறேன்" என்றான்.

"பேய் எங்க இருக்குனு பாருங்கடா, இவனை அதுகிட்டையே பிடிச்சி குடுத்-துடலாம்.. பேய் கூட உக்காந்து பிட்டு படம் பாரு தம்பி நீ, பொறந்த நாளு ஜெக ஜோதியா இருக்கும்" என்றான் ராகுல்..

ராம், "பேசாம.. லேப்டாப்ல சாமி படம் எதாவது பாப்போமாடா?... பேய் கிட்ட இருந்து தப்பிச்ச மாதிரியும் இருக்கும்... சாமி அருள் கிடைச்ச மாதிரியும் இருக்-கும்" என்றான்.

"விட்டா சாமி படத்துல எல்லாம் க்ளைஸ்ல வேப்பிலை வச்சு ஆடுவாங்களே.. அதையும் செய்ய சொல்லுவாண்டா இந்த ராம்" என்றான் ராகுல்..

விஷ்வா, "அப்போ அண்ணன் ராமுக்கு ஒரு வேப்பிலை டிரஸ் பார்சல்.." என்று மற்றவர்களின் காதை கடிக்க அனைவரும் அடக்க மாட்டாமல் சிரித்தனர்.

"அதெல்லாம் வேணாம்டா, வேற ஏதாச்சும் இன்ட்ரஸ்டிங்கா இருக்குற வேலைய செய்யனும்... அதாவது நாம விளையாடுற மாதிரி ஏதாச்சும் பன்ன-லாம்டா. அப்போ தான் எல்லார் கவனமும் ஒரே எடத்துல இருக்கும். பேய பத்தி நாம நினைக்கவும் மாட்டோம்" என்றான் ரிஷி.

ராகுல், "இவன் ஒருத்தன்தான்யா எல்லாத்தையும் கரெக்ட்டா ப்ளான் பண்-றான், ஏன்டா எல்லா ஊரு பஞ்சாயத்துக்கும் போவியா நீ?" என்றான்..

அப்போதைக்கு அனைவரும் சிரித்தாலும் ரிஷியின் யோசனையே மற்றவர்க-ளுக்கும் சரி என்று பட அதையே செயல் படுத்த ஆரம்பித்தனர்.

"பேசாம ரம்மி விளையாடுவோமா?.. நம்ம எல்லாருக்கும் ரம்மி நல்லா விளை-யாட தெரியும், விளையாட்டுல ஆர்வமாவும் இருக்கும்" என்று அனைவரும் ஒரு மனதாய் ரம்மி விளையாட முடிவெடுத்தனர்.

"எல்லாம் சரி, இப்போ யாருடா கார்ட்ஸ் எடுக்க பெட் ரூமுக்கு போவா?" என்று கேட்டான் ரிஷி.

"யார்றா இல்ல... யாரெல்லாம்? ரெண்டு மூணு பேரா போயிட்டு வருவோம்" என்றான் விஷ்வா..

"நாம அஞ்சு பேரும் போறது தான்டா சரி.. யாரும் பிரிஞ்சு செயல் படக் கூடாதுனு இப்போ தானடா நம்ம சங்கத்துல முடிவு பண்ணோம்" என்றான் ராகுல்.

அதன் படியே ஹாலில் இருந்து உள் அறைக்கு கிளம்பியது அவர்களின் ட்ரெயின்... கடைசியா இருந்த வினய்யோ இன்னும் ஒரு படி மேலே போய், "கூகூ... சிக்கு புக்கு.. சிக்கு புக்கு.." என்று கத்தினான்.

சிறுபிள்ளைத்தனமான அவன் செய்கையால் சிரிப்பு வந்தாலும், வரிசையில் விடாமல் ஒருவரை ஒருவர் இறுக்கமாக பிடித்துக் கொண்டே போய் கார்ட்ஸ்ஸை எடுத்து வந்தனர் ஐவரும்.

'டேய்.. தண்ணியையும் எடுத்துக்கலாம்டா, நடுவுல தண்ணி தாகம் எடுத்தா என்னடா பண்ணுறது?.. வந்தது வந்துட்டீங்க அப்படியே கிச்சன் வரைக்கும் வாங்-கடா" என்று ராம் அழைக்க,

அதுதான் சரி என்று நினைத்த அந்த ட்ரெயின், தனது அடுத்த ஸ்டேஷனா-கிய சமையல் அறைக்கு சென்றது. தண்ணீர் ஜக்கை எடுத்துக் கொண்டு மறுபடி-யும் ஹாலிற்கு திரும்பி வந்து, தன் பயணத்தை முடித்துக் கொண்டது ட்ரெயின்.

வட்ட வடிவில் ரம்மி ஆட அமர்ந்தனர் ஐவரும்.. ஆட்டம் ஆரம்பித்த சிறிது நேரத்திலேயே ஆட்டம் சூடு பிடித்து விட, பேய் என்ற நினைவே யாருக்கும் இல்-லாமல் போனது..

நம்மவர்களின் ஆட்ட விதிமுறை முற்றிலும் வித்தியாசப்படும். பழக்கமான ஆட்டத்தில் முதலில் யார் ரம்மி அடிக்கிறார்களோ, அவர்களுக்கு பரிசோ பணமோ கிடைக்கும். ஆனால் நம் கூட்டத்தில் வெற்றி பெறும் நபருக்கு எப்-

போதும் மற்றவர்களிடமிருந்து பாரபட்சம் இல்லாத அளவிற்கு அடியும் உதையும் பரிசாக கிடைக்கும்.

இன்று முதலில் மாட்டிக் கொண்டது ராகுல் தான், மற்ற நால்வரும் அவனை தூக்கி போட்டு அடி உதை என்று பந்தாடிக் கொண்டிருந்தனர்.

இது அனைத்தையும் பார்த்த பேய், "என்னடா, வீட்ல பேய் இருக்குனு தெரிஞ்சும் ரம்மி ஆடுறீங்க? இவனுங்க எப்போ நம்மளை பத்தி நெனைக்குறது, நான் எப்போ வீட்டுக்குள்ள நுழையிறது? அவனுங்கள என்னிக்கி கொல்லுறது? விடிஞ்சிடும் போலயே?.." என்று தலையில் அடித்து கொண்டது.

அப்போது பார்த்து, "டேய்... எனக்கு மறுபடியும் பாத்ரும் போகனும்டா" என்றான் ராம்..

"இவன் ஒருத்தன் ஒரு நாளுக்கு நூறு தடவ வருது வருதுனு.." என்றான் ராகுல்..

"வந்தா வருதுனுதான் சொல்ல முடியும்" என்று பாவமாய் பதிலளித்தான் ராம். ராகுல், "டேய் ஆட்டம் இப்பத்தான் செம ஸ்பீடுல போவுது, எவனும் எந்திரிக்க முடியாது.. கொஞ்ச நேரம் அடக்கிக்கிட்டு அமைதியா உக்காந்திருடா" என்றான்.

"டேய் டேய்... இதெல்லாம் நான் நில்லுனு சொன்னா நிக்கிற விஷயமா, தயவுசெஞ்சு என்ன சோதிக்காம யாராச்சும் வாங்கடா, ப்ளீஸ்டா... பேய் இல்லை- னாலே பயப்படுவேன், இன்னைக்கு நம்ம வீட்டுல பேய் வேற இருக்குது. விட்டா வீடு நாறிடும் எந்திரிங்கடா.." என்று அழுவது போல ராம் கெஞ்சினான்.

விஷ்வா, "ஏய், எந்திரிங்கடா அவன் தான் இவ்வளவு தூரம் சொல்றான்ல?" என்று கூறியபடி அனைவரும் முதுகிலும் ஒரு அடி அடித்து எழுப்பி விட்டான்.

அப்போது வரை அனைவரும் மறந்திருந்த பேய், இப்போது எல்லோர் புத்தி- யிலும் ஏறிக்கொண்டது. அவர்கள் சிந்தனையின் திசைமாறிய அடுத்த நொடியே மகிழ்ச்சியாக அறைக்குள் நுழைந்தது பேய்..

'சரி அப்ப மாதிரியே இப்பவும் எல்லாரும் போவோம்..' என்று ட்ரெயின் பாத்- ரூம் நோக்கி செல்ல, ராமை உள்ளே அனுப்பி விட்டு வெளியில் காத்திருந்தனர் நால்வரும்..

முக்கிய வேலையை கணப்பொழுதில் முடித்து விட்டு கதவைத் திறந்தான் ராம். திரும்பி பார்த்தவர்கள் பயத்தில் ஓர் நிமிடம் சிலையென உறைந்து தான் போயி- னர்..

அனைவரும் தன்னை வைத்த கண் வாங்காமல் பார்ப்பதைக் கண்ட ராம், "என்னங்கடா? என்ன ஆச்சு?" என்று கேட்டபடியே பின்னால் திரும்பிப் பார்த்- தான்.

அங்கே மற்றுமொரு ராம்..

இவன், "வீல்.." என அலறிட, அதுவும் அவனைப் பார்த்து பயந்து அலறியது.

ஆளுக்கொரு புறம் தலை தெறிக்கும்படி ஓட்டம் எடுத்தனர். ராம் தன்னைப் போல் ஒருவனை அதுவும் தனக்கு இத்தனை அருகில் பார்த்தவுடன் உடல் வெட-வெடத்து போனது.

அதில் ஒன்று பேய் தான் என்பது அனைவர்க்கும் தெரிந்து போக, எவனும் எங்கேயும் நிற்கவில்லை. ஆளுக்கொருபுறம் தாவி ஓடி சடுகுடு ஆடினார்கள்.

"டேய்.. என்னையும் காப்பாத்துங்கடா, என்ன இந்த பேய்ட்ட தனியா விட்-டுட்டு போய்டாதீங்கடா" எனக் கத்தியபடி ராம் ஓட, அவனைப் போலிருந்த பேயும் அதே போல அலறியபடி வேறொரு திசையில் ஓடிச் சென்றது.

மற்ற நால்வரும் அந்த நொடியில் ராம்மை மறந்து, பேயிடமிருந்து தான் தப்-பித்தால் போதும் என்ற நினைப்போடு அந்த வீட்டின் அத்தனை அறைகளுக்குள்-ளும் ஓடி ஒளிந்து கொண்டிருந்தனர்.

சாதாரணமாகவே மிரளும் ராம், இன்று இன்னும் மிரண்டு போனான். தனக்கு ஒரு துணையைத் தேட நண்பர்களை நெருங்க, அவனை பேயாக நினைத்துப் பதறி இன்னும் வேகமாக ஓடியது அந்தக் கூட்டம்.

பேய்க்கும் ஐவருக்கும் இடையில் இடைவிடாது தொடர்ந்த அந்த விளை-யாட்டு, பதினைந்து நிமிடங்களுக்கு பிறகு முடிவுக்கு வந்தது. ஓடியாடி களைத்த-வர்கள் கடைசியில் சோர்ந்து போய், இனி ஓட முடியாது என்ற நிலைக்கு வந்த பின்னர் மூச்சு வாங்க ஹாலில் ஒன்று கூடினர்.

அவர்களின் பின்னாலேயே வந்த ராம், "டேய் டேய், தயவுசெஞ்சு என்ன விட்டுட்டு ஓடாதீங்கடா.. நான்தான்டா உண்மையா ராம், என்ன நம்புங்கடா. எப்-படியாவது பேய்கிட்ட இருந்து என்ன காப்பாத்துங்கடா, டேய் ரிஷி நீ தான் நமக்கு கூட்டத்திலேயே புத்திசாலி ஏதாவது ஒரு ஐடியா கொடுடா" என்று கதறியழுதான்.

அவனைப் போலவே அந்த பேயும் அற்புதமாய் நடித்து பாசாங்கு செய்ய, அங்கு இருந்த அனைவர்க்கும் ஒரே குழப்பமாக இருந்தது. இரண்டில் ஒன்றுதான் பேய் என்பது அனைவருக்கும் தெரியும், ஆனால் அது எது என்பதுதான் அனு-மானிக்க முடியாத அளவிற்கு கடினமாயிருந்தது.

"பேசாம நாம இவங்க ரெண்டு பேரையும் உள்ள வச்சு பூட்டிருவோம்டா, யார் நிஜம்னே தெரியல, ரொம்ப பயமா இருக்கு" என்றான் ரிஷி.

"டேய் பாவி.. என்ன காப்பாத்த யோசனை குடுப்பனு பார்த்தா, ஒரேயடியா மேல அனுப்ப வழி சொல்றியே டா. இப்டி எல்லாம் யோசிக்காதீங்கடா, பேய் என்னை கொன்னுடும். நான் பாவம் இல்லயாடா?

இத்தன நாளா உங்க கூடவே சாப்ட்டு, உங்க கூடவே தூங்கி, நீங்க எவ்வளவு டார்ச்சர் பண்ணினாலும் சந்தோஷமா ஏத்துக்கிட்டிருந்த உயிர் நண்பன்டா நானு. எனக்கு பேய்னா பயம்னு தெரிஞ்சுமே பேய்கிட்ட புடிச்சு குடுக்குறீங்களேடா?" என்றான் ராம்..

அந்த ஆவியும் அவனைப் போலவே ரொம்பவும் பாவமாக பேசி சிம்பத்தி கிரியேட் செய்யவும், என்ன செய்வதென்று புரியாமல் முழித்தது நால்வர் படை..

"டேய் ராம் அழுறாண்டா, அவன இப்படியே அம்போனு விட்டுட்டு போக என்னால முடியாது.. பிரச்சனைனு வந்ததும் விட்டுட்டு ஓடுறதுக்கு நாம ஒன்னும் சொந்த பந்தம் இல்ல, ப்ரெண்ட்ஸ்.

நம்ம ப்ரெண்ட் பாவம், அப்பாவி, ரொம்ப நல்லவனும் கூட.. வாழ்வோ சாவோ, நம்மள நம்பி வந்த நண்பன நாமதான்டா பார்த்துக்கணும்.." என்று பொறுமையாய் ஆனால் அழுத்தமாய் பேசினான் விஷ்வா..

"அதெல்லாம் சரிடா... ஆனா வந்திருக்கிறது பேய், அவன காப்பாத்த போய் நாமளும் செத்துட்டா? முதல்ல ரெண்டுல யார் உண்மையான ராம்னு தெரியாம நாம எப்பிடிடா காப்பாத்துறது?" என்றான் வினய்.

"ஐடியா.. ரெண்டு பேருக்கும் டெஸ்ட் வெச்சுடுவோம்.." என்றான் ராகுல் பிரகாசமாக..

சுற்றி இருந்த அனைவரும் அவன் முகத்தை உன்னிப்பாக கவனிக்க ஆரம்பிக்க, ராகுல் தைரியமாக தன் பேச்சைத் துவங்கினான்.

"இதோ பாருங்கப்பா. உங்க ரெண்டு பேர்கிட்டயும் நாங்க ஆளுக்கு ஒரு கேள்வி கேப்போம். யார் சரியான பதில் சொல்லுறீர்களோ அவங்க உண்மையான ராம்னு நாங்க ஒத்துகிறோம்.. ஒருவேள தப்பான பதில் சொன்னா கேள்வி கேட்டவன் இஷ்டப்படி கும்மி எடுப்பான். சம்மதமா?" என்றான்.

ராகுல் கூறியது அந்த பேய்க்கு பீதியாக இருந்தது, அவர்களிடம் ஏற்கனவே பல முறை அடி வாங்கிய அனுபவம் அதற்கு இருந்ததால், மரண பயம் அதன் கண் முன் வந்து சென்றது...

ஆனால் ராம் முந்திரிக்கொட்டையாய் சம்மதம் சொல்லிவிட்டான். முதலில் கேள்வியைத் துவங்கினான் ரிஷி..

"என்னோட ஏதாவது ரெண்டு கெட்ட பழக்கம் சொல்லனும். ஏன்னா என்னோட எல்லா கெட்ட பழக்கமும் ராம்க்கு நல்லாவே தெரியும். அவன் அப்பாவின்றதால அவன்ட மட்டும் ஓப்பனா சொல்லிட்டு செய்வேன்."

வரிசையில் முதலில் இருந்த பேய், என்ன பதில் சொல்வதென்று தெரியாமல், "நீ யாருக்கும் தெரியாம தண்ணி, சிகரெட் அடிப்ப" என்று கூறியது.

அது பேசி முடிக்கட்டுமென காத்திருந்த ராம் பெருங்குரலெடுத்து, "ரெண்டுமே தப்பு, உனக்கு விஷ்வாவோட மொபைல்ல நோண்ட பிடிக்கும். அவனுக்கு தெரியாம அவனோட கேர்ள் ப்ரெண்ட் கூட அவன் பேசின சாட் எடுத்து படிக்கிறதுக்கு ரொம்ப ரொம்ப பிடிக்கும். எவன் போன் கெடச்சாலும் நீ மொதல்ல அவங்க லவ்வேரோட சேட் தான் பார்ப்ப. அதுதான் செம சிரிப்பா இருக்கும்னு எப்பவும் சொல்லுவ..

இன்னொன்னு உனக்கு அடுத்தவன் வாங்குன சென்னா ரொம்ப பிடிக்கும். உன்னோடது பாட்டில் முழுசும் இருந்தா கூட புதுசா எவனாவது வாங்கி வச்சா அதைத்தான் அடிச்சிட்டு ஆபீஸ் போவ. அது கடைசி சொட்டு இருந்தாலும் விட மாட்ட" என்று மூச்சுவாங்க கூறி முடித்தான் ராம்.

விஷ்வா, வினய், ராகுல் மூவரும் ராம் உருவத்தில் இருந்த பேயைப் பந்தாடிக் கொண்டிருக்க, ரிஷி உண்மையான ராமை அடித்து துவைத்துக் கொண்டிருந்தான்.

வெகு பிரயத்தனப்பட்டு அவன் பிடியிலிருந்து வழுவிய ராம், "உண்மைய சொன்னா ஏண்டா அடிக்கிற?" என்றான் கண்ணீர் மல்க..

"சொல்றது சொல்ற, ஏதாவது சின்ன தப்புத்தண்டாவ சொல்லலாம்ல டா வெளக்கெண்ண.." என்று மீண்டும் ராம்மை குனிய வைத்து கும்மினான் அவன்.

அடுத்து கேள்வி கேட்க வேண்டியது ராகுலின் முறை...

இருவருக்கும் முன்னால் வந்து நின்றவன் பெரிய அறிவாளி போல், "என்னோட ரெண்டு நல்ல பழக்கத்தை சொல்லனும்" என்றான்.

ரிஷி, "இது எனக்கு தோணாம போச்சே.." என்று தன்னை மறந்து உளறினான்.

இப்போது பேய் முன்னெச்சிரிக்கையாய் உண்மையான ராம்மிடம், "போன தடவ நான் முதல்ல பதில் சொன்னேன்ல, இந்த தடவை நீ சொல்லு" என்றது.

ராம், "ராகுல் நீ பயங்கரமான சோம்பேறி, இங்க வந்ததுக்கு அப்புறம்தான் நீ டெய்லி குளிக்கவே செய்யுற. நாம ரெண்டு பேர் மட்டும் முன்னால தங்கி இருக்-கும் போது, நீ மூணு நாள் ஆனாலும் குளிக்கவே மாட்ட.

இப்பவும் லீவு நாள்ல பல்லு தேய்க்கவே ரொம்ப யோசிச்சிட்டு இருப்ப, போனா போகுதுன்னு சாயங்காலமா தான் பண்ணுவ. ஆர்கானிக் ஃப்ட் ஜட்டம்க்கு ரொம்ப முக்கியத்துவம் தருவ, அதை எவனும் திருடி தின்றக்கூடாதுனு பரண் மேல பாத்-திரத்துல போட்டு ஒளிச்சு வச்சிருக்க" என்று உண்மையைப் புட்டு புட்டு வைத்து விட்டான்.

அந்த பேய்க்கு பதில் பேச கூட அவகாசம் கொடுக்காமல், உண்மையான ராமை தரையில் உருட்டிவிட்டு மிதிக்க ஆரம்பித்தான் ராகுல்.

"டேய் நாயே.. பெருமையா எதையாவது சொல்லுவனு பார்த்தா, இப்டி எல்-லார் முன்னாடியும் அசிங்க படுத்திட்டியேடா" என்று இருவரும் கட்டி உருள, மற்-றவர்கள் வந்து இருவரையும் பிரித்தனர்.

தட்டுத்தடுமாறி எழுந்து நின்ற ராம், "நான் என்னடா பண்ணட்டும்? இருக்கறத தானடா சொல்ல முடியும்?" என்றான்.

அடுத்த வாய்ப்பு அந்த பேய்க்கு போனது..

அது, "ராகுல்க்கு சின்ன குழந்தைங்கள ரொம்ப புடிக்கும், குழந்தைகளுக்கு உதவி செய்வான்.." என்று ஏனோ தானோ என வாய்க்கு வந்ததை உளற ஆரம்-

பித்தது.

அதைக்கேட்டு அநியாயத்திற்கு பொங்கி எழுந்த விஷ்வா, "ஏது இந்த நாயா? இது சின்னப் புள்ளைகளுக்கு உதவி செய்யுமா? அவங்க கையில இருக்கிற முட்-டாயையும் சாக்லேட்டையும் புடிங்கி திங்கிற பஞ்ச பரதேசி.." என்று கூறிட, மீண்ட அனைவரும் அந்த பேய்க்கு சில பல தர்ம அடிகளை பரிசளித்தனர்.

அதிலும் விஷ்வாவின் அடி ஒவ்வொன்றும் ஐடி போல் இறங்கிற்று. அது இப்-போது விட்டால் போதும் என்ற நிலையில், கதி கலங்கி அயர்ந்து போய் இருந்-தது..

அடுத்து வாய்ப்பு விஷ்வாவிற்கு...

விஷ்வா முன்னால் வந்து கை முஷ்டியை முறுக்கிக் கொண்டு, கேள்வி கேட்க தயாராக நின்ற தோரணையை பார்த்ததிலேயே பேய்க்கு இருந்த கொஞ்ச நஞ்ச தைரியமும் பறந்து போயிற்று.

"ஐயோ சாமி, ஆள விடுடா.. உன் கிட்ட இதுவரைக்கும் வாங்குன அடிக்கே எனக்கு விடை தெரியல, இதுக்கு மேல என்னால உங்களோட குடும்பம் நடத்த முடியாதுடா. இனி உங்களுக்கும் எனக்கும் எந்த சம்மந்தமும் இல்லடா..

ஒரு பேய்ன்ற மரியாதை கூட இல்லாம, என்னை இவ்ளோ பாடு படுத்திடீங்க இல்ல. இந்த பாவம் உங்களை எல்லாம் சும்மா விடாதுடா, அயோக்கிய பசங்-களா.." என்ற கருவியபடியே அது அங்கிருந்து மறையத் துவங்கியது.

"ஹப்பாடா. பேய்கிட்ட இருந்தே நாம தப்பிச்சிட்டோம்டா. அதுவும் அதையே ஓட வேற வச்சி இருக்கோம்னா உண்மையிலேயே நாம கிரேட்டா. என்ன ஒரே ஒரு சின்ன வருத்தம்னா, நாம செஞ்ச இந்த சாதனைய வெளிய சொன்னா ஒரு பயலும் நம்ப மாட்டான்" என்றான் வினய்..

விஷ்வா, "ஆனா இந்த வருஷம் கொண்டாடுற பொறந்த நாளா நீ வாழ்க்-கையிலேயே மறக்க மாட்டேல்" என்றான்.

ராம், "அவனுக்கு நாளைக்கி மறக்க முடியாத பெர்த் டே, எனக்கு நாளைக்கி மறக்க முடியாத டெத் டே. விஷ்வா மட்டும் இல்லனா எனக்கு சங்கு ஊதி இருப்-பீங்கடா நீங்க.."

"ஹேய்.. அதெல்லாம் சும்மாடா, நீ இல்லாம எங்களால இருக்க முடியுமாடா" என்று சப்பைக்கட்டு கட்ட முயன்றான் ராகுல்..

ராம், "எங்கிட்ட அடி வாங்காம ஓடிப்போயிடு.." என்று முறைத்திட, ரிஷியும் மற்றவர்களும் ராமை மகிழ்விக்கும் பொருட்டு கிச்சு கிச்சு மூட்டி விளையாடிட,

உலகம் மறந்து குதூகலமாய் கொண்டாடிக் கொண்டிருந்தனர் ஐவரும்.

ராகுல், "கேக் எடுத்துட்டு வர்றேன், இப்பவே வெட்டிடலாம்..." என்று கூறி-விட்டு கிச்சனுக்கு போனான்.

கேக்கும் கையுமாய் வந்த ராகுலின் முகம் சடுதியில் இறுகியது, அவன் நிற்கும் தோரணையே கவலையோடு இருப்பது போல மாறியது.

அதைக் கண்ட விஷ்வா, "டேய் ராகுல், ஏன்டா திடீர்னு அமைதியாயிட்ட?" என்றான்.

ரிஷி, "டேய் மச்சான், நீ உண்மையிலயே ராகுல்தானா, இல்ல புதுசா வேற ஏதாவது வந்து இறங்கி இருக்காடா?" என்றிட மற்ற அனைவரின் வாதங்களும் அடுத்த நொடியே சைலண்ட் மோடுக்கு போனது.

"ஏய் சீ.. நான் தாண்டா, இன்னிக்கி மதியம் நாங்க ஆபீஸ்ல பேய் பத்தி பேசும் போது மூணு பேர் இருந்தோம். அதுல அருள் இப்ப இல்ல, நான் உங்- களோட சேர்ந்து தப்பிச்சிட்டேன். மிச்சமிருக்குறது செந்தில், அவனுக்கு ஏதா- வது?..." என்று இழுத்தான்.

அவன் கூற வருவதன் அர்த்தம் அனைவர்க்கும் புரிய, உடனே வண்டியை எடுத்து கொண்டு செந்தில் வீட்டிற்கு பறந்தனர். அவர்களுக்கு முன்பே செந்தில் வீட்டிற்கு சென்றிருந்த பேய், ஜெக ஜோராய் தன் வேலையை ஆரம்பித்திருந்தது.

செந்தில் வீட்டை அடைந்தது நம் ஐவர் கூட்டம்.

அது ஒரு அடுக்கு மாடி குடியிருப்பு... அதுவும் செந்திலின் வீடு நான்காவது மாடியில் இருக்க, லிப்ட் இல்லாமல் படிக்கட்டிலேயே கடகடவென ஏறினார்கள். அவன் வீட்டு வாசலை அடைந்ததும், கதவை கிட்டத்தட்ட உடைக்கும் அளவிற்கு தட்டி துவம்சம் செய்தனர்.

அவர்கள் போட்ட கூச்சலால் அந்த குடியிருப்பில் வசிக்கும் அத்தனை பேரும் விழித்துக் கொண்டனர். இருந்தும் ஐவரும் கதவு ஜன்னல் அனைத்தையும் தட்டிக் கொண்டே இருந்தனர்.

இறுதிவரை அது திறக்காமல் போக, ரிஷி மாற்று வழிக்கு சென்றான். விஷ்- வாவின் பலத்தால் ஒரே அடியில் கதவு இரண்டு துண்டாக பிளந்து விழ, ஐவரும் அரக்க பறக்க ஓடிச் சென்று உள்ளே பார்த்தனர்..

பேய் அங்கு சண்டையை ஏற்கனவே கிளப்பி விட்டதால் செந்தில் தன் எதிரில் நிற்கும் மனைவியை கொலை செய்யுமளவு உக்கிரத்தோடு கையில் கத்தியோடு நின்றிருந்தான். அவனை மூன்று பேர் பிடித்து அழுக்க, மீதி இருவர் வீடு முழு- வதும் ஓடினார்கள்.

செந்திலின் உண்மையான மனைவியையும் குழந்தைகளையும் சந்து பொந்- தெல்லாம் தேடி அலைய ஆரம்பித்தனர்.

அவள் உள் அறையில் பூட்டப் பட்ட பாத்ரூமினுள் அடைந்து கிடந்தாள். பிள்ளைகள் இருவரும் கட்டிலுக்கு அடியில் அழுது கொண்டிருந்தனர்.

பறந்து பறந்து வேலை பார்த்த இளைஞர்கள் படை பாத்ரூம் கதவைத் திறக்க, உண்மையான செந்திலின் மனைவி விழுந்தடித்து வெளியே ஓடி வந்தாள். பயத்-

தில் அழுது கரைந்த பிள்ளைகளை ராம் தன் கைக்குள் வைத்துக் கொண்டான்.

ராகுல், "டேய் செந்தில், உன் உண்மையான குடும்பம் இங்க இருக்காங்க. நீ சண்டை போடறது ஒரு பேயோட..." என்றான்.

தன் முன் இருப்பது போலியான உருவம் என்பது செந்திலுக்கு புரிந்ததும், தன் மனைவியையும், கைகளை விரித்தபடி ஓடிவந்த குழந்தைகளையும் ஆரத்தழுவிக் கொண்டான்.

பயத்தில் நடுங்கிய பிள்ளைகளையும் பாசமாய் கட்டிக் கொண்ட மனைவியை-யும் செந்தில் சமாதானப்படுத்தினான். கணவன்-மனைவி இருவருக்குள்ளும் மீண்-டும் காதல் பெருக்கெடுத்து ஓட ஆரம்பித்தது..

இந்த ஐவரையும் மீண்டும் பார்த்த பேய் மிரண்டு போய், "மறுபடியும் நீங்களா? நான் போற இடத்துக்கெல்லாம் அட்ரஸ் தேடி வர்ற அளவுக்கு நான் என்னடா பாவம் பண்ணுனேன்? இப்படியே பண்ணிக்கிட்டு இருந்தீங்கனா எனக்கு இந்த நாட்ட விட்டு போறதத் தவிர வேற வழியே இல்லடா.." என்று சத்தமாய் கதறிற்று.

'அப்படி என்ன கொடுமை பண்ணிட்டோம்? இந்த ராம் அடிவாங்கினதவிட அது கம்மியாதான அடி வாங்குச்சு?!' என ஐவரும் பேந்த பேந்த விழித்துக் கொண்டு இருந்தனர்.

பேய், "ஆனா ஒன்னுடா.. உங்க கிட்ட அடி வாங்குனதுக்கு அப்றம் உலகத்-துல

எவன் அடிச்சாலும் அத தாங்குர தைரியம் வந்துடுச்சுடா எனக்கு. அதுவும் அந்த தடி மாடு இருக்கானே, அவனையெல்லாம் செத்தாலும் நான் சந்திக்க விரும்பலடா..

போங்கடா.. போய் நல்லா இருந்துக்கோங்க, நீங்க இருக்குர ஊர்ல.. இல்ல நீங்க இருக்குர நாட்டுலயே நான் இருக்க மாட்டேன்" என்று புலம்பிய படி அது கிளம்பிவிட்டது.

அது பேசி சென்ற வார்த்தைகளெல்லாம் வடிவேலு பேசும் வசனம் போலவே இருந்ததால் ராம், "ஏன்டா, பேய் கூட படம் பாக்குமாடா?" என்றான்.

ராகுல், "ஒருவேள சாகுறதுக்கு முன்னாடி பார்த்து இருக்கும்டா" என்று மிக-வும் சாதுரியமாய் பேசினான்.

ராம், "என்னவோ போங்கடா, ஆனா பேயே நம்மள பார்த்து பயந்து ஓடுதுனா நாம எவ்ளோ பெரிய ஆளுங்க. இனிமே எத்தன பேய் வந்தாலும் நான் பயப்படாம அசால்ட்டா சமாளிச்சிடுவேன்டா.."

ராகுல், "யப்பா டேய்.. ரொம்ப நன்றிடா.. இனிமே எங்கள பாத்ரூமுக்கு துணைக்கி கூப்பிட மாட்டேல.." என்றான்.

ராம், "மாட்டேன்.." என்றதும்,

வினய், "டேய்.. எனக்கென்னமோ இது நம்ம ராம்தானான்னு டவுட்டா இருக்கு. நானும் விஷ்வாவும் கேள்வி இன்னும் கேட்கலியே, நாங்க டெஸ்ட் வைக்கட்டுமா?" என்றதும் மொத்த கூட்டமும் விழுந்து விழுந்து சிரித்தது.

சாவை வென்ற மகிழ்ச்சியோடு ஐவரும் தங்களது வீட்டிற்கு திரும்பினர்...

இதுவரை நிகழ்ந்த கொலைக்கான காரணமும், அதிலிருந்து தப்பிக்கும் வழியும் தெரிந்ததில் காவல் துறை சற்றே ஆசுவாசம் கொண்டது. அடுத்த சில நாட்களி-லேயே, அந்த பேயால் கொலை நிகழாத முதல் நாடாக இந்தியா ஆனது...

என் இதர படைப்புகள்

புத்தகமாக பதிப்பானவை:-
மாந்த்ரீகன் (1&2)
கண் கவர் கள்வனே
காமுறக் காதல் கொண்டேன்
ஈங்கிசைக்கும் காதலே
நிழலன்
வழித்துணையாய் வாராயோ
உயிர்க்கடிகை
நனவிலி வினை
விழியோடு விளையாடு
ஆடுகளம்
   மாதநாவலாய் பதிப்பானவை:-
கவியழகே கண்மணி
அசுரக்காதலன்
நேசமுரடன்
காதல் குமிழ்
வாராயோ வெண்ணிலாவே
பிறை நுதல் பேரழகே
   இணைய நூல்கள்:-
காதலில் கரைந்திட வா
காதல்காரா காத்திருக்கேன்
நான் உன் அருகினிலே
நேற்று இன்று நாளை
மரகதவீணை
   குறு நாவல்கள்:-
நிலவின் கனவு
நானே நீயாய் வருவேன்
அடலை யாத்திரை
மாயவனின் மயில் தூரிகை
இறைவ இறைவி
   இவை தவிர, 'Rhea Moorthy Novels' யூடியூப் சேனலிலும் ஆடியோவாக கேட்டு ரசிக்கலாம்.